# மறைக்கப்பட்ட மலையகத் தமிழர்களின் வீர வரலாறு

தொகுப்பு:

## எம்.எஸ். செல்வராஜ்

Maraikkappatta.Malayagath
Tamilargalin Veera Varalaru (in Tamil)

**M.S. SELVARAJ**

First Published: December, 2020

**Published by**

# BHARATHI PUTHAKALAYAM

7, Elango Salai, Teynampet, Chennai - 600 018.

Email: bharathiputhakalayam@gmail.com / www.thamizhbooks.com

மறைக்கப்பட்ட மலையகத் தமிழர்களின் வீர வரலாறு

எம்.எஸ். செல்வராஜ்

முதல் பதிப்பு: டிசம்பர், 2020

**வெளியீடு:**

7, இளங்கோ சாலை, தேனாம்பேட்டை, சென்னை - 600 018

தொலைபேசி : 044-24332424, 24332924, 24356935

**விற்பனை நிலையங்கள்**

மதுரை: 37A, பெரியார் பேருந்து நிலையம் - 045 22324674
ஈரோடு: 39: 39 ஸ்டேட் பாங்க் சாலை - 9245448353
திண்டுக்கல்: பேருந்து நிலையம் - 9942331105, 9976053719
பழனி: பேருந்து நிலையம் அருகில் - 9442883696
திருப்பூர்: 447, அவினாசி சாலை - 9486105018
சேலம்: பாலம் 35, அத்வைத ஆஸ்ரமம் சாலை 0427 2335952
திருவல்லிக்கேணி: 48, தேரடி தெரு - 9444428358
வடபழனி: பேருந்து நிலையம் எதிரில் அடையார்
ஆனந்தபவன் மாடியில் - 9444476967
பெரம்பூர்: 52, கூக்ஸ் ரோடு - 9444373716
திருவாரூர்: 35, நேதாஜி சாலை - 9442540543
சேலம்: 15, வித்யாலயா சாலை சாலை
திருநெல்வேலி: 25A, ராஜேந்திரநகர் - 9442149981
அருப்புக்கோட்டை: 31, அகமுடையார் மஹால் - 9994173551
மதுரை: சர்வோதயா மெயின்ரோடு
குன்னூர்: N.K.N வணிக வளாகம் பெட்போர்ட்
செங்கல்பட்டு: 1 D ஜி.எஸ்.டி சாலை - 044 27426964
விருதுநகர்: 131, கச்சேரி சாலை - 0456 2245300
கும்பகோணம்: 352, ரயில் நிலையம் எதிரில் - 9443995061
வேலூர்: பேஸ் III, சத்துவாச்சாரி - 9442553893
நெய்வேலி: பேருந்து நிலையம் அருகில், - 9443659147
தஞ்சாவூர்: காந்திஜி வணிக வளாகம் காந்திஜி சாலை - 9655542400
கோவை: 77, மசக்காளிபாளையம் ரோடு, பீளமேடு - 8903707294
திருச்சி: வெண்மணி இல்லம், கரூர் புறவழிச்சாலை - 9994289492
திருவண்ணாமலை: முத்தம்மாள் நகர்
நாகர்கோவில்: 699 கே.பி.ரோடு R.V.புரம் - 9443450111
சிதம்பரம்: 22A / 18B தேரடி கடைத் தெரு,
கீழவீதி அருகில் - 9994399347
கரூர்: நாரத கானசபா அருகில் (TNGEA OFFICE)- 9442706676
காரைக்குடி: 12, 2 வது தெரு, கம்பன் மணிமண்டபம் பின்புறம் - 9443406150

நினைத்த நூல்கள்... நினைத்த நேரத்தில்...

      8778073949

ரூ.100/-
அச்சு: பிரிண்ட்டெக், சென்னை - 600 005.

# முன்னுரை

இலங்கை தெற்காசிய நாடுகளில் இடதுசாரிக் கொள்கையின் அடிப்படையில் அரசியல் மாற்றம் பெற்று உலகரங்கில் தலைநிமிர்ந்து நிற்பதற்கான அனைத்து சாத்தியக் கூறுகளும் ஒரு காலகட்டத்தில் இருந்தது. சிங்களவர்களும் பூர்வீகத் தமிழர்களும் மலையகத் தமிழர்களும் ஒரே அணியில் ஒருங்கிணைந்து எழுச்சி பெற்றனர். இலங்கையின் உழைக்கும் வர்க்கத்தின் முதுகெலும்பாக இருக்கும் மலையகத் தோட்டத் தொழிலாளர்களின் ஒருமித்தப் போராட்டங்கள் வரலாற்று முக்கியத்துவம் வாய்ந்தவையாகும்.

1940ஆம் ஆண்டு இலங்கையின் மத்திய மாகாணத்திலுள்ள முல்லோயத் தோட்டத்தில் மாபெரும் வேலை நிறுத்தப் போராட்டம் நடைபெற்றது. இதில் காவல் துறையினரை ஏவி இரும்புக் கரம் கொண்டு ஒடுக்க முயற்சி எடுத்தனர். இந்தப் போராட்டத்தில் ஜனவரி 19ஆம் தேதி கோவிந்தன் என்ற மலையகத் தோட்டத் தொழிலாளி தனது உயிரை துச்சமென மதித்து துப்பாக்கி குண்டுகளுக்கு பலியாகி தியாகி ஆனார். பலர் காயமுற்றனர். இவரே தனது உயிரை தியாகம் செய்த முதல் தொழிலாளி ஆவார். இதற்குப் பிறகு 1972இல் கினாக்கொல்லை என்ற தோட்டத்தில் நான்கு தொழிலாளர்கள் சுட்டுக் கொல்லப்பட்டனர். நாலாந்தா தோட்டத்தில் 1973இல் ஐந்துக்கும் மேற்பட்டோர் சுட்டுக் கொல்லப்பட்டனர். அரசியல் வேலை நிறுத்தப் போராட்டங்களும் தொடர்ந்து நடைபெற்றது. 1946ஆம் ஆண்டு சோல்புரி அரசியலமைப்பு சட்டத் திருத்தங்களுக்கு எதிராகவும் வாக்குரிமைப் பறிப்புக்கு எதிராகவும் வீரம் செறிந்த போராட்டங்களை மலையகத் தோட்டத் தொழிலாளர்கள் நடத்தினர்.

நுவரலியா மாவட்டத்தில் தோட்டத்துரைமார்களின் அடக்கு முறைக்கு எதிராக வீறுகொண்டு எழுந்த மலையகத் தோட்டத் தொழிலாளர்களின் போராட்டத்தை ஒடுக்க துப்பாக்கி ஏந்திய காவல்துறைப்படை குவிக்கப்பட்டது. அவற்றைத் துச்சமென மதித்து காவல் துறையினர் கைகளிலிருந்த துப்பாக்கிகளைப்

பறித்து தங்கள் கைகளில் ஏந்தி எச்சரிக்கை செய்தனர். அந்த அளவுக்கு வீரம் செறிந்தனர். இந்த எழுச்சிகள் 1964-1970ஆம் ஆண்டுகளில் நடைபெற்றது. இக்காலகட்டத்தில் தோட்டப் பகுதிகளில் மாணவர்கள் சமத்துவக் கொள்கைகளை உள்வாங்கியதோடு கலை, இலக்கியத் துறைகளிலும் வளர்ந்து வந்தனர்.

தோட்டத் தொழிலாளர்களின் இடதுசாரிப் பார்வையும் போராட்டங்களும் இலங்கையின் ஆளும் வர்க்கத்தையும் அரசையும் அச்சமடையச் செய்தது. இதே போலவே இலங்கை முழுவதுமுள்ள உழைக்கும் வர்க்கம் இனப் பாகுபாடுகளை கடந்து ஓரணியில் திரண்ட சூழல் முதலாளித்துவத்தை கலக்கம் அடையச் செய்தது. தெற்காசிய நாடுகளில் இலங்கையும் சமத்துவ சமுதாய மாற்றத்தை ஏற்படுத்தும் நாடாக மாறுவதை பிற நாடுகளும் விரும்பவில்லை.

பிரிட்டிஷ் காலனியவாதிகளும் இதற்குப் பிறகு வந்த சிங்கள மற்றும் தமிழ் அரை நிலப்பிரபு முதலாளித்துவ ஆட்சியாளர்கள் இதை திசை திருப்பினர். சிங்கள பேரினவாத பிரித்தாளும் தந்திர விதைகளைத் தூவி உரமிட்டு வளர்த்தெடுத்தனர். இதன் விளைவால் உழைக்கும் மக்களின் வர்க்க சிந்தனை மழுங்கடிக்கப்பட்டு பிளவுப்படுத்தப்பட்டனர். இடதுசாரி இயக்கங்களும் வீழ்ச்சியுற்றன. இலங்கையின் பொருளாதாரத்திற்கு முதுகெலும்பாக இருந்த உழைக்கும் மக்களான மலையகத் தமிழர்களின் வாக்குரிமை, குடியுரிமையும் பறிக்கப்பட்டு நாடற்றவர்களாக ஆக்கப்பட்டனர். சிங்கள பேரினவாத வெறியை சிங்கள ஆளும் வர்க்க அரசியல்வாதிகள் புத்த பிக்குகளுடன் இணைந்து இனவெறியைப் போதித்து வளர்த்தெடுத்தனர். இந்த சமூக விரோதிகளை களத்தில் இறக்கி தமிழர்களுக்கு எதிரான பெரும் இனக்கலவரங்களைத் தூண்டிவிட்டு உயிர் உடைமைகளை சூறையாடியதோடு தமிழ்ப் பெண்களையும் மானபங்கப்படுத்தி மிரட்டும் அட்டூழியத்தில் ஈடுபட்டனர்.

மேலும் தமிழர்களை இந்நாட்டிலிருந்து விரட்டியடிப்பது முடியாத பட்சத்தில் அழித்தொழிப்பது என்ற கொலைவெறி பாசிச சூழ்ச்சியில் ஈடுபட்டனர். இதன் முதற்கட்டமாக

இலங்கை பொருளாதாரத்தின் உற்பத்தி சக்திகளின் அச்சாணியாக இருந்த 6 லட்சம் மலையகத் தமிழர்களை ஸ்ரீமாவோ சாஸ்திரி ஒப்பந்தம் என்ற அடிப்படையில் நாடு கடத்தினர். இவர்கள் வாழ்ந்த இடங்களில் சிங்களவர்களை குடியமர்த்தி சிங்கள மயமாக்கினர். 1977-1983ஆம் ஆண்டுகளில் இனக் கலவரங்களைத் தூண்டிவிட்டு ஒட்டுமொத்த தமிழர்களின் உயிர் உடைமைகளுக்கு பெரும் இழப்பை ஏற்படுத்தினர். இதன் பிறகுதான் இலங்கையின் ஜனநாயக ரீதியான போராட்டங்கள் முழுவதுமாக வீழ்ச்சியடைந்து ஆயுதம் ஏந்தும் அதீத போக்கு வித்திட்டது. இது ஜனநாயகவாதிகளும், மிதவாதிகளும் ஓரம்கட்டப்பட்டதோடு ஆயுதம் ஏந்தி நேருக்கு நேராக சந்திக்க வேண்டிய சூழ்நிலை ஏற்பட்டது. இதன் பிறகு எத்தனையோ போர்கள், இழப்புகள் தொடர்ந்ததோடு கடைசியாக முள்ளிவாய்க்காலில் பாசிஸ்ட் மகிந்தா ராஜபக்ஷேயின் கோரப் பற்களுக்கு இரையாகி பல்லாயிரக்கணக்கானோர் அழித்தொழிக்கப்பட்டனர். ராஜபக்ஷேயின் கொடூரங்களை எதிர்த்து அம்பலப்படுத்திய சிங்கள மனித உரிமையாளர்களையும், பத்திரிகையாளர்களையும் வேட்டையாடியதோடு பலரை நாட்டை விட்டு விரட்டியடித்தார்.

1983ஆம் ஆண்டு இனக்கலவரத்திற்குப் பிறகு நூற்றுக்கணக்கானோர் அகதிகளாக இந்தியாவிலும் பிற நாடுகளிலும் தஞ்சம் அடைந்தனர். இதில் பெரும்பாலானோர் தமிழகத்தின் முகாம்களிலேயே வாழ்கின்றனர். இந்த முகாம்களிலும் பல்வேறு அடிப்படை வசதிகள் இல்லாமல் பல அவலங்களைச் சந்தித்து வருகின்றனர்.

இது ஒருபுறம் இருக்க 1964ஆம் ஆண்டு ஸ்ரீமாவோ சாஸ்திரி ஒப்பந்தம் என்ற அடிப்படையில் இந்தியக்குடியுரிமை பெற்று தாயகம் திரும்பிய தமிழர்கள் தமிழ்நாட்டிலும் பிற மாநிலங்களிலும் சொல்லொணா துயரங்களை அனுபவித்து வருகின்றனர். இம்மக்களுக்கு வளமான வாழ்வளிக்கிறோம் என இந்திய அரசு அறிவித்த மறுவாழ்வுத் திட்டங்கள் அனைத்தும் தோல்வி அடைந்ததோடு இம்மக்களை மீண்டும் அரைக் கொத்தடிமைகளாக மாற்றியுள்ளது. பசி, பட்டினிக்கு உள்ளாக்கப்பட்டு தரகர்களால் ஏமாற்றப்பட்டு வறுமையின் கோரப்பிடியில் சிக்கி பலர் இறந்து போயுள்ளனர். 2176

குடும்பங்களை ஆய்வு செய்தபோது 637 பேர் இறந்து போயுள்ளனர். இதில் 16-50 வயது வரை உள்ளவர்கள் 229 நபர்கள் என்பது குறிப்பிடத்தக்கதாகும். இம்மக்களுக்கு ஏற்பட்ட நிலை குறித்தும் துயரங்கள் பற்றியும் எவராலும் பேசப்படுவதும் கவனிக்கப்படுவதும் இல்லை என்பது வருத்தத்துக்குரியதாகும். தொப்புள்கொடி உறவுகள்பற்றி அடிக்கடி உணர்ச்சி மேலோங்க முழங்கும் தமிழகத் தலைவர்கள் உண்மையாகவே தொப்புள்கொடி உறவுள்ள இந்த மக்களை (இரத்த உறவுகளை) மறந்து விட்டது கவலையளிக்கின்றது. காரணம் இவர்களைப் பற்றி பேசுவதாலும், எழுதுவதாலும் இலங்கியங்கள் படைப்பதாலும், தங்களது சுயநல அரசியலுக்கு லாபத்தைக் கொடுக்காது என்று இவர்கள் கருதுவதாகத்தான் எண்ணத் தோன்றுகிறது.

பிரிட்டிஷ் காலனியவாதிகளாலும் இதன் பிறகு இலங்கை, இந்தியா, சீனா ஆகிய நாடுகளின் அரசியல் பொருளாதார லாபத்துக்காக பலியிடப்பட்ட தாயகம் திரும்பிய மக்களின் துயரங்களைத் தீர்க்க இப்பிரச்சினையை நாடு தழுவிய அளவிலும் சர்வதேச அளவிலும் கொண்டு சென்று செயல்படுவது நேர்மையான ஜனநாயகவாதிகளின் கடமையாகும். ஆகவே மறைக்கப்பட்ட இம்மக்களுடைய வாழ்வையும் வரலாற்றையும் பதிவுச் செய்யும் நோக்கத்தோடு "மறைக்கப்பட்ட மலையகத் தமிழர்களின் வீர வரலாறு" என்ற இந்நூலினை தொகுத்து வெளியிடுகிறோம். மேலும் இம்மக்களின் நிலை குறித்து தேசிய அளவிலும், சர்வதேச அளவிலும் பேசும்போது இவர்களின் வாழ்வும் வரலாறும் ஆங்கிலத்திலும் இருப்பது அவசியம் என முடிவு செய்தோம். ஆகவே இந்நூலினை ஆங்கிலத்திலும் மொழிமாற்றம் செய்து வெளியிடுகிறோம்.

இந்நூலினை தொகுத்தெழுதி வெளியிட பெரிதும் உழைத்த திரு.வினோத்ராஜ், எழுத்தாளர் திரு. மணா மற்றும் பாரதி புத்தகாலயம் தோழர் நாகராஜ், தோழர் தங்கராஜ் ஆகியோருக்கு எனது நன்றியை உரித்தாக்குகிறேன்.

என்றும் நட்புடன்,
எம். எஸ். செல்வராஜ் (செல்வா).

# பொருளடக்கம்

# மலையகத் தமிழர்களின் மறைக்கப்பட்ட உண்மைகள்

மனித உரிமைகள் பறிக்கப்பட்டு உலகிலேயே மிகவும் கசக்கிப் பிழிந்து உழைப்பு சுரண்டலுக்கு உள்ளாக்கப்பட்டவர்கள் "மலையகத் தமிழர்களாவர்" இலங்கை, இந்தியா, ஜரோப்பிய நாடுகளின் நலத்துக்காக தங்களது இரத்தத்தையும், வியர்வையும் நிலத்தில் சிந்தி உழைத்தவர்கள். வாக்குரிமை பறிக்கப்பட்டு நாடற்றவர்களாக ஆக்கப்பட்டதோடு ஸ்ரீமாவோ-சாஸ்திரி ஒப்பந்தம் என்ற அடிப்படையில் நாடு கடத்தப்பட்டு இன்று தமிழகத்திலும் பிற மாநிலங்களிலும் சொல்லொணா துயரங்களை அனுபவித்து வருகின்றனர். இவர்களைப்பற்றி பேசுவதால் தங்களது சுயநல அரசியலுக்கு லாபம் இல்லாததால் ஒதுக்கப்பட்டவர்கள். எவராலும் கவனிக்கப்படாத இவர்களின் பிரச்சினைகளையும் வாழ்வையும் சமூக அக்கறையுடன் பதிவு செய்கிறோம்.

1815ஆம் ஆண்டில் இலங்கையை பிரிட்டிஷார் கைப்பற்றினர். அங்கு தங்களது அரசியல் மற்றும் இராணுவத்தை நிலைநாட்ட கட்டுமானப் பணிகளை செய்யவேண்டியிருந்தது. சாலைகள், பாலங்கள், இரயில் நிலையங்கள், குடியிருப்புக்கான கட்டிடங்களைக் கட்ட உழைப்பாளர்கள் தேவைப்பட்டனர். இதனை சிங்கள மக்களிடத்திலிருந்து பெற முடியவில்லை. அவர்கள் சுயசார்பு விவசாயத்தில் ஈடுபட்டிருந்ததால் வெள்ளையர்களிடம் கூலி வேலைக்குச் செல்ல விரும்பவில்லை. இயற்கை எழில் மிகுந்த வனப் பகுதிகளை ஒட்டியிருந்த நிலங்களில் சாகுபடி செய்தனர். விவசாயம் மூலம் தன்னிறைவு பெற்ற சிங்கள மக்கள் வெள்ளையர்களின் வலையில் சிக்கவில்லை.

ஆரம்பத்தில் சீனா மற்றும் ஆப்பிரிக்க நாடுகளிலிருந்து தொழிலாளர்களைப் பயன்படுத்த முயற்சி செய்தனர். இது அளவற்ற செலவு என்பதால் இம்முயற்சியை கைவிட்டனர் மிகக் குறைந்த செலவில் உழைப்பாளர்களை தமிழகத்திலிருந்து பெற முடியும் என்பதை உணர்ந்தனர்.

வறுமையிலும் வறட்சியிலும் பாதிக்கப்பட்டு சாதிய ஒடுக்கு முறைகளால் பல்வேறு துயரங்களை தமிழக கிராமிய மக்கள் அனுபவித்து வந்தனர். ஒருவேளை உணவுக்காக சிரமப்பட்ட இவர்கள் உணவு தேடி எங்கு வேண்டுமானாலும் செல்லத் தயாராகும் அவல நிலையில் இருந்தனர். பெரும்பாலான நிலங்கள் நிலப்பிரபுகளுக்கும் அரசுக்கும் கட்டுப்பட்டிருந்தன. மக்கள் பண்ணை அடிமைகளாக இருந்தனர். இந்த நிலையில் தமிழகத்தில் நிலவிய பாரம்பரிய விவசாய முறைகளை பிரிட்டிஷார் சீர்குலைத்தனர். வரி வசூல் மூலம் தமிழக விவசாயிகளை மேலும் சிரமத்துக்குள்ளாக்கினர். இப்படி பாதிக்கப்பட்ட கிராமிய மக்களை குடும்பம் குடும்பமாக இலங்கைக்கு அழைத்துச் சென்றனர்.

இப்படி 1817 - 1827 ஆண்டு வரை இலங்கையில் கட்டுமானப் பணிகளுக்காக சுமார் 10 ஆயிரம் மக்களை ஒப்பந்தக் கூலிகளாக கொண்டு சென்றனர்.

ஐரோப்பிய முதலாளிகள் தங்களது தேவையை மனதில் கொண்டு இலங்கை, இந்தியா, பர்மா, மலேசியா, மேற்கிந்திய தீவுகள், பிஜீத் தீவு போன்ற நாடுகளில் பெருந்தோட்ட பயிர்ச் செய்கையை தொடங்கினர். இங்கு தேயிலை, காப்பி, ரப்பர், தென்னை, சிங்கோனா, கரும்பு, பருத்தி, வாசனைப் பொருட்கள் போன்ற பயிர் செய்கையை மேற்கொள்ள திட்டமிட்டனர்.

1930ஆம் ஆண்டு காப்பித் தோட்டங்களை இலங்கையில் தொடங்கிய பிரிட்டிஷார் தமிழகத் தொழிலாளர்களை பெருமளவில் கூட்டிச் சென்றனர். தமிழ்நாட்டில் திருநெல்வேலி, திருச்சி, சேலம், பெரம்பலூர், அரியலூர், விழுப்புரம், இராமநாதபுரம், புதுக்கோட்டை, மதுரை போன்ற மாவட்டங்களில் வாழ்ந்த மக்களே தங்களது பூர்வீக கிராமத்தை விட்டு இலங்கைக்குச் செல்ல முன் வந்தனர். இப்படி முன்வருபவர்களுக்கு இலவசமாக கோதுமை, கம்பளி, குடியிருப்புகள் வழங்கப்படும் என பிரச்சாரம் செய்யப்பட்டது. கண்டிக்குச் சென்றால் தேயிலைக்கு அடியில் தேங்காயும் மாசியும் கிடைக்கும் என கிராமங்களில் கட்டுக் கதை பரவியது. இதன் விளைவால் நிலமற்ற மக்களும் சிறு துண்டு நிலமிருந்த தாழ்த்தப்பட்ட மற்றும் பின்தங்கிய மக்களும் சென்றனர்.

# கண்டிச் சீமை

இலங்கைக்குச் செல்ல ஆள்பிடிக்கும் மையங்கள் திருச்சி, அறந்தாங்கி, மதுரை, தூத்துக்குடி, மண்டபம் ஆகிய இடங்களில் திறக்கப்பட்டன. வெள்ளையர்கள் ஏஜெண்டை நியமித்தனர். கண்டிச் சீமைக்குப் போகலாம், மாதம் மாதம் கைநிறைய சம்பளம், நிரந்தர வேலை என்றதோடு வெள்ளைக்கார துரைகள் கடவுளைப் போல் கருணை உள்ளவர்கள். நம்மைத் தொட்டு பேசுவதோடு, சேர்ந்து உணவு அருந்துவார்கள் என்ற விளம்பரம் மக்களை கவர்ந்தீர்த்தது. இந்த ஏஜெண்டுகள் உயர் சாதிக்காரர்களாகவே இருந்தனர். இவர்களே கங்காணிகள் ஆவர்.

தங்களது சொந்த கிராமங்களிலிருந்து இராமேஸ்வரம் கடற்கரை வரை மூட்டை முடிச்சுகளுடன் நடந்தே சென்றனர். அங்கிருந்து பாய்மரக் கப்பல் மூலம் தலைமன்னார் சென்றடைந்தனர். இங்கிருந்து கால்நடையாக அடர்ந்த காட்டு வழியாக நடந்தே சென்ற போது கொடிய மிருகங்கள், அட்டைகள், விஷப் பாம்புகளின் தாக்குதலுக்குள்ளாகி பலர் மரணம் அடைந்தனர். எஞ்சியோர் மலைகளிலும், பள்ளத்தாக்குகளிலும் கையில் கிடைத்தை தின்று கொண்டு நடந்தனர். முழங்கால் வரை தண்ணீரில் பல நாட்கள் நடந்துள்ளனர். வயிற்றுக்கடுப்பு, வாந்தி பேதிக்கும் உள்ளாகினர். இதில் எஞ்சியோரே கண்டிப் பகுதியை சென்றடைந்தனர். சென்ற இடத்தில் தாங்க முடியாத குளிரையும் அடைமழையையும் சமாளிக்க வேண்டியிருந்தது. அடர்ந்த வனப்பகுதியில் பல நாட்கள் மரத்தடியிலும் வெட்ட வெளியிலும் தங்கியிருந்தனர். எப்போதுமே இருண்டிருந்த மேகங்களுக்கு இடையில் சூரிய ஒளியைப் பார்ப்பதே அரிதாக இருந்தது. காடுகளிலுள்ள மரங்களை பயன்படுத்தி தங்களுக்குத் தேவையான குடிசைகளை அமைத்தனர். இப்படிச் சென்றவர்களில் 1841 - 1849ஆம் ஆண்டுகளுக்கு

உட்பட்ட 8 ஆண்டுகளில் 70 ஆயிரம் பேர் இறந்து போயினர். (கொழும்பு ஒப்செவர் செய்தித்தாள்) அக்லேண்ட் பாய்ட் அண் கம்பெனி, சாண்டலர் கம்பெனிகள் காப்பித் தோட்டங்களை உருவாக்க இம்மக்களைப் பயன்படுத்தினர். இதற்கு முன்பு ஆங்கில முதலாளிகள் சிங்கோனா, பருத்தித் தோட்டங்களை நிறுவ முயற்சி எடுத்தனர். இது வெற்றியளிக்கவில்லை. 1820இல் கம்பளைக்கு அருகிலுள்ள "சிங்கபிட்டிய" என்ற இடத்தில் முதல் காப்பித் தோட்டம் தொடங்கப்பட்டது. 1823இல் பெராதெனிய என்ற இடத்தில் "கேனல் ஜார்ஜ் பேட்டன்" என்பவரும் காப்பித் தோட்டத்தைத் தொடங்கினார். காப்பி பயிர் செய்கை வெற்றியளித்ததால் மேலும் அதை விரிவுப்படுத்தினார். காப்பி பயிருக்குத் தேவையான நிலங்களை சிங்கள மக்களிடமிருந்து அபகரிக்க 1840ஆம் ஆண்டு "புதிய காணிச் சட்டம்" கொண்டு வரப்பட்டது. இதன் மூலம் 2,58,072 ஏக்கர் பரப்பளவில் காப்பித் தோட்டங்கள் உருவாக்கப்பட்டன. தமிழக கிராமங்களிலிருந்து சென்று கடும் உழைப்பின் மூலம் விளைவிக்கப்பட்ட காப்பி ஐரோப்பிய சந்தையில் பல கோடிகளைக் குவித்ததோடு இரண்டாவது இடத்தையும் பிடித்தது. காப்பி விவசாயம் சிங்கள மக்களை பெரிதும் பாதித்ததோடு இலங்கையின் பொருளாதார கட்டமைப்பை காலனியச் சார்புடையதாக மாற்றியது. இந்த நிலையில்தான் இலங்கையின் முதலாளித்துவம் தோன்றத் தொடங்கியது.

# சிங்கள மக்கள்

அந்நியர்களின் வருகைக்கு முன்பு இலங்கை தற்சார்பு பொருளாதார அமைப்பு முறையிலிருந்தது. அரிசி வெளிநாடுகளுக்கு ஏற்றுமதி செய்யப்பட்டது. இயற்கை வளங்களும் நீர்நிலைகளும் சமூகத்தின் அதிகாரத்தின் கீழ் இருந்தன. 1505ஆம் ஆண்டு போர்த்துகீஷியர் இலங்கையைக் கைப்பற்றியதோடு இதைத் தொடர்ந்து ஒல்லாந்தரும் பிறகு ஐரோப்பியர்களும் கைப்பற்றினர். ஐரோப்பியர்களால் நாடு முழுவதையும் தங்களது கட்டுப்பாட்டுக்கு கொண்டு வர முடியயவில்லை. 1815இல் கண்டி ஆட்சியை, கடும் எதிர்ப்புக்கு மத்தியில் ஆங்கில அரசு கைப்பற்றியது. மக்களைப் பணியவைத்து அவர்களின் பாரம்பரிய விவசாயத்தை சீர்குலைத்தது. நுகர்வுப் பொருட்களுக்கு பிரிட்டிஷாரையே நம்பி இருக்கச் செய்தனர். இதர உற்பத்தி முறைகளை அழித்ததோடு நீண்டகால சுரண்டலுக்கு ஏற்ற காலனியப் பொருளாதாரக் கட்டமைப்பை திட்டமிட்டு ஏற்படுத்தினர். இந்நிலையில் அந்நியர்களுக்கெதிரான போராட்டங்கள் நடைபெறத் தொடங்கியது. இதை இந்திய வம்சாவளித் தமிழர்களுக்கு எதிரான போராட்டமாகவும் வளர்க்க முயற்சி செய்தனர்.

திரு.அநகாரிகதர்மபாலா, திரு.வலசிங்கஹரிச்சந்திரா போன்றவர்கள் தலைமையில் இன மத கலாச்சாரங்களை வலியுறுத்தி இயக்கம் நடத்தினர். இதில் தேசிய உணர்வும் மேலோங்கியதோடு காலனிய பிரிட்டிஷாருக்கு எதிரான உணர்வும் வெளிப்பட்டது. இதனூடே இனவாத கருத்துகளும் விதைக்கப்பட்டன. வெள்ளையர்களிடமிருந்து சுதந்திரம், பெறும் நோக்கத்தோடு "இளம் இலங்கையர் கழகம்" ஏற்படுத்தப்பட்டது. இதன் பிறகு இலங்கை இந்திய காங்கிரஸ் தொடங்கப்பட்டு அரசியல் சீர்திருத்தம் கோரியது. சுதேசிய

காங்கிரஸில் மேல் தட்டு வர்க்க சிங்கள மற்றும் தமிழ் இனத்தவர்களே ஆதிக்கம் செலுத்தினர். இவர்கள் தங்களது வர்க்க நலனுக்கு ஏற்ற கொள்கைகளையே பின்பற்றினர். பிரிட்டிஷ்காரர்களை பெரிய அளவில் பகைத்துக்கொள்ளாமல் சுதந்திரம் பெற திட்டமிட்டனர். பிரிட்டிஷார் இவர்களின் நன்மையை பாதுகாப்பதோடு மக்கள் என்றும் பிளவுப்பட்டு இருக்கும் நீண்டகால நோக்கத்தோடு டொனமூர் ஆணைக் குழுவில் பரிந்துரைகளைத் திணித்தனர்.

1839ஆம் ஆண்டில் இந்திய அரசாங்கம் அந்நிய நாடுகளுக்கு இந்தியர்கள் இடம் பெயர்வதை தடைசெய்யும் சட்டத்தைக் கொண்டு வந்தது. வெள்ளைத் துரைமார்களும், சிங்கள மேல்தட்டு வர்க்கத்தினரும் இச்சட்டத்தை வாபஸ் பெறச் செய்தனர். மேலும் காப்பிப் பயிரிட நிலங்கள் தேவைப்பட்டதால் 1856இல் "கோயிற்காணிச் சட்டம்" இலங்கையில் கொண்டு வரப்பட்டது. இச்சட்டத்தின் மூலம் பௌத்த கோவில்களுக்குச் சொந்தமான நிலங்களை வெள்ளை முதலாளிகள் கையகப்படுத்தினர். இது குத்தகை விவசாயிகளான சிங்கள மக்களை மீண்டும் பாதித்தது.

1878ஆம் ஆண்டளவில் காப்பிச் செடிகளுக்கு கட்டுப்படுத்த முடியாத நோய் ஏற்பட்டதோடு 1890இல் காப்பி விவசாயம் வீழ்ச்சியடைந்தது.

# தேயிலைத் தோட்டங்கள்

காப்பிக்கு மாற்றாக தேயிலை விவசாயத்தை 1878இல் பிரிட்டிஷ் முதலாளிகள் தொடங்கினர். காப்பித் தோட்டங்களில் வேலை செய்த தொழிலாளர்களை தேயிலைத் தோட்டங்களில் பணிக்கு அமர்த்தியதோடு புதிய தொழிலாளர்களையும் கொண்டு வந்தனர். 1897 முதல் 1903 வரை பயனற்ற "காணிச் சட்டம்" இயற்றி முழு வனப் பகுதிகளையும் ஆக்கிரமித்தது காலனிய அரசு.

தேயிலை உற்பத்திக்கு நிரந்தர உழைப்பாளர்கள் தேவைப்பட்டதோடு தேயிலைத் தூள் தயாரிக்க தொழிற்சாலை தேவைப்பட்டது. இதற்கான பணியிலும் தோட்டத் தொழிலாளர்களே ஈடுபடுத்தப்பட்டனர். 1860இல் "லிப்டன் டி கார்டன்" என்ற பெருந்தோட்டம் தொடங்கப்பட்டது. இதேபோல் மலையகத்தின் பல பகுதிகளில் கம்பெனித் தோட்டங்கள் தொடங்கப்பட்டன. 1905இல் 3,84,000 ஏக்கராக இருந்த தேயிலை உற்பத்தி 1917இல் 4,27,000 ஆக அதிகரித்தது. இதற்கு ஏற்றவாறு தமிழகத்திலிருந்து வந்த தொழிலாளர்களின் எண்ணிக்கையும் அதிகரித்தது. 1900இல் ரப்பர், தென்னைத் தோட்டங்கள் தொடங்கப்பட்டன. 1911இல் 4,57,756 தமிழகத் தொழிலாளர்கள் தேயிலைத் தோட்டங்களில் நிரந்தரமாக குடியமர்த்தப்பட்டனர். மேலும் தோட்டங்கள் விரிவாக்கப்பட்டதோடு 1921ஆம் ஆண்டு வரை 4,93,994 நபர்கள் குடியமர்த்தப்பட்டனர்.

# கங்காணிகளும் குட்டிச் சாக்குகளும்

எந்த கங்காணி எந்தத் தோட்டங்களுக்கு அழைத்துச் சென்றாரோ, அவர்களின் கட்டுப்பாட்டிலேயே தொழிலாளர்கள் இருந்தனர். கங்காணிகளால் தொழிலாளர்கள் அடிமைகளாக நடத்தப்பட்டனர். ஒவ்வொரு கங்காணிக்குக் கீழும் நூற்றுக்கணக்கான தொழிலாளர்கள் இருந்தனர். இவர்கள் அனைவரும் பெரும்பாலும் ஒரே கிராமத்திலிருந்து வந்தவர்கள்.

மாதம் முழுவதும் இரத்தத்தையும் வியர்வையும் நிலத்தில் சிந்தி உழைத்த சம்பளத்தின் பெரும் தொகையை கங்காணிகளே கவ்விக் கொண்டனர். சம்பளம் வாங்கும் தினத்தன்று கங்காணியின் குண்டர்கள் குட்டிச் சாக்கை பிடித்துக் கொண்டு நிற்பர். வாங்கிய சம்பளத்தை குட்டிச்சாக்கில் போட வேண்டும் தொழிலாளர்கள். அதில் கங்காணி பார்த்துக் கொடுப்பதுதான் சம்பளம். மீதி எல்லாவற்றையும் கங்காணிகளே அபகரித்துக் கொண்டனர். கிராமத்திலிருந்து புறப்படும் போது வாங்கிய கடனை வட்டிமேல் வட்டி போட்டு வசூலிப்பர். மேலும் கங்காணிக்குத் தேவையான அனைத்து அடிமைத் தொழில்களையும் செய்ய வேண்டும். குழந்தைகளும் கூட வேலை வாங்கப்பட்டனர். பெண்கள் கங்காணியாலும், வெள்ளை துரைமார்களாலும் பாலியல் கொடுமைகளுக்கு உள்ளாக்கப்பட்டனர். மேற்கண்ட செயல்களை செய்ய மறுப்பவர்களை அடித்து உதைத்ததோடு காட்டுமிராண்டித் தனமான தண்டனைகளும் கொடுக்கப்பட்டன. கங்காணிகளில் தலைமை கங்காணி, கொந்தரப்பு கங்காணி, மருந்து கங்காணி, கொழுந்து கங்காணி, கவாத்து கங்காணி எனப் பலர் இருந்தனர். இவர்கள் தொழிலாளர்களை கசக்கிப் பிழிந்தனர். இந்தக் கொடுமைகளை எதிர்க்க திராணியற்றவர்களாகவே தோட்டத் தொழிலாளர்கள் அடங்கி ஒடுங்கி பயந்து வாழ்ந்தனர்.

அழகான மலைக் குன்றுகளின் மேல் தோட்டத் துரைமார்களின் பங்களாக்கள் அனைத்து வசதிகளுடன்

அமைக்கப்பட்டிருந்தன. ஆனால், தொழிலாளர்களின் குடியிருப்புகள் பள்ளத்தாக்குகளில் பாதுகாப்பு இல்லாதவாறு அமைக்கப்பட்டது. இதற்கு 'லைன்கள்' என்று பெயர். வரிசையாக வீடுகள் இருக்கும், இது 10 x 08 அடி என்ற நீள அகலத்தை கொண்டேயிருக்கும், இந்தச் சிறிய இருண்ட அறைகளில் 10 அல்லது 13 பேர் வரை அடைக்கப்பட்டு வாழ்ந்தனர். (ஸ்ரீமாவோ - சாஸ்திரி ஒப்பந்தம்படி வருகைத் தந்த மலையகத் தமிழர்கள் தமிழ்நாட்டில் இன்றும் இதுபோன்ற அறைகளில் தான் வாழ்கின்றனர் என்பது குறிப்பிடத்தக்கதாகும்.)

# தொழிலாளர்களின் இரத்தமும் வியர்வையும்

தோட்டத் தொழிலாளர்களின் உழைப்பு மூலம் தேயிலைத் தோட்டங்களில் கிடைத்த கொள்ளை லாபமே உலகப் பொருளாதாரச் சந்தையில் இலங்கையின் பெயரைப் பொறிக்க செய்தது. இது மேலும் இலங்கைப் பொருளாதார கட்டமைப்பை நவீன முறைக்கு மாற்றியது. இந்தப் பொருளாதார வளர்ச்சியானது, உள்ளூர் நகர்புற வியாபாரிகளும் முதலாளிகளும் வளர்வதற்கு வாய்ப்பாக அமைந்தது. சிங்கள கிராமப்புறங்களில் நிலப்பிரபுக்களும் சிறியளவில் ரப்பர், காப்பி, தேயிலை, தென்னைத் தோட்டங்களை உருவாக்கினர். இதில் சிங்கள ஏழை மக்கள் வேலைக்கு அமர்த்தப்பட்டனர். இப்படியாக முதலாளித்துவ சக்திகளுடன் தங்களை இணைத்து சிங்கள முதலாளிகள் வாழத் தொடங்கினர்.

இலங்கையின் ஒட்டுமொத்த உற்பத்தியும் பெரியளவில் வளர்ச்சியடைய தோட்டத் தொழிலாளர்களின் பங்கே 85% ஆகும். புதிய இலங்கையை உருவாக்கியதில் இந்திய தமிழ் தொழிலாளர்களின் இரத்தமும் வியர்வையும் எலும்புக்கூடுகளும் உரமாகப் பயன்படுத்தப்பட்டது என்பது மறைக்க முடியாத வரலாறாகும்.

துறைமுகத் தொழில்கள், கட்டுமானப் பணிகள், நகரங்களை சுத்தம் செய்யும் தொழில்கள் ஆகியவற்றிலும் இந்திய தொழிலாளர்களே அதிகமாக இருந்தனர்.

தோட்டத் தொழிலாளர்கள் தங்களது உழைப்பு சக்தியால் இலங்கையின் பொருளாதாரத்தையும் கட்டமைப்பையும் மாற்றி மேம்படுத்தியதோடு 60% அந்நியச் செலாவணியை இலங்கை அரசுக்கு பெற்றுக் கொடுக்க காரணமாக விளங்கினர்.

இலங்கையின் பாட்டாளி வர்க்கத்தில், தோட்டத் தொழிலாளர்களே பெரும் பகுதிகளாக விளங்கினர். தமது

இரத்தத்தாலும் வியர்வையாலும் உருவாக்கப்பட்ட மலைப் பிரதேசத்தை "மலையகம்" என குறிப்பிடத் தொடங்கினர். இதில் அவர்களின் தனித்துவத்தை வெளிப்படுத்தும் சொல்லாகவே "மலையக மக்கள்" என்று குறிப்பிட்டனர். மேலும் இவர்களுக்கே உரித்தான நாடகங்கள், பாடல்கள் மற்றும் காமன்கூத்து போன்ற பல்வேறு கலாச்சாரப் பழக்க வழக்கங்களும் வளரத் தொடங்கின. 1954க்குப் பின் இலங்கை இந்தியப் போக்குவரத்து முற்றிலுமாக நிறுத்தப்பட்டது.

# நோய்களும் மருத்துவமும்

ஊட்டச்சத்துக் குறைவான நிலையில் தோட்டத் தொழிலாளர்கள் கடுமையான உழைப்பில் ஈடுபட்டனர். இதன் விளைவால் பல்வேறு கொடிய நோய்களால் பாதிக்கப்பட்டனர். வயிற்றுப்போக்கு, மலேரியா காய்ச்சல், அம்மை நோய், வாத நோய், தோல் நோய்களுக்கு உள்ளாக்கப்பட்டனர். எந்தவித மருத்துவ வசதிகளும் செய்து கொடுக்கப்படவில்லை. கோ. நடேசய்யர் போன்றவர்களின் செயல்பாட்டின் விளைவால் பல்வேறு சட்டங்கள் இயற்றப்பட்டன. 1912இல் மருத்துவச் சட்டம், 1920இல் கல்விச் சட்டம், 1921இல் தொழிலாளர் நலம்புரி சட்டம், 1927இல் சம்பளச் சட்டம் போன்ற இச்சட்டங்கள் உருவாக்கப்பட்டு 1930ஆம் ஆண்டுக்குப் பிறகு அமலுக்கு வந்தன. இதன் பிறகே தொழிலாளர்கள் வாழ்க்கையில் சில மாற்றங்கள் ஏற்பட்டு அடிப்படை உரிமைகளைப் பெறத் தொடங்கினர். மேலும் இவற்றைப் பெற தொடர் போராட்டங்களிலும் ஈடுபட்டனர்.

# விடிவை ஏற்படுத்திய கோ.நடேசய்யர்

இந்திய வம்சாவளி மலையக தமிழர்களின் கடும் துயரங்களையும் துன்பங்களையும் நாடறியச் செய்ததோடு கூனிக்குறுகி அடைக்கப்பட்டிருந்த தோட்டத் தொழிலாளர்களை தலைநிமிரச் செய்த மாபெரும் மனிதராவார் கோ. நடேசய்யர். இவரால்தான் இம்மக்கள் சிந்திக்கத் தொடங்கியதோடு, அடிமை வாழ்விலிருந்து தங்களை விடுவித்துக்கொள்ளும் எழுச்சியைப் பெற்றனர். பின்னாளில் தன்மானத்தோடு வாழ்வதோடு இலங்கையின் ஏனைய தேசிய இனங்களுக்கு ஒப்பாக தனி தேசிய இனம் எனத் தங்களை அடையாளப்படுத்தினர். மற்ற இனங்களுக்கு இருக்கும் அனைத்து உரிமைகளும் வேண்டும் என்பதோடு சுயநிர்ணய உரிமையை நோக்கி முழங்கினர்.

தஞ்சாவூரைச் சேர்ந்த கோ. நடேசய்யர் 1919ஆம் ஆண்டு இலங்கைக்குச் சென்றார். தோட்டத் தொழிலாளர்களின் நிலையைப் பற்றி ஆய்வு செய்ய இந்தியாவில் முக்கிய தலைவர்களை கோரினார். இலங்கை தேயிலைத் தோட்டப் பகுதிகளில் யாரையும் நுழைய விடமாட்டார்கள் வெள்ளையர்கள். இதேபோல் தோட்டத் தொழிலாளர்களையும் வெளியில்

செல்ல அனுமதிக்கமாட்டார்கள், காரணம் இவர்களுடைய ஒடுக்கு முறை வெளி உலகிற்கு தெரிந்துவிடும் என்பதே. இச்சூழ்நிலையில் தோட்டத் தொழிலாளர்களை சந்திப்பது பெரும் சிக்கலாக இருந்தது. வெள்ளைதுரைமார்களால் புடவை வியாபாரிகள் மற்றும் சில்லரைப் பொருட்களை விற்பனை செய்யும் வியாபாரிகள் மட்டுமே அனுமதிக்கப்பட்டனர். நடேசய்யர் புடவை வியாபாரியாக மாறி தோட்டங்களில் நுழைந்தார். தொழிலாளர்கள் அனுபவித்த கொடுமைகளையும் துன்பங்களையும் நேரில் கண்டறிந்து பதிவு செய்தார். அவர்களிடம் நெருங்கிப் பழகி மனநிலையையும், உளவியலையும் கண்டறிந்தார். தோட்டங்களில் புதைந்து கிடந்த அடிமை வாழ்வின் அவலங்களை ஆய்வு செய்து பிரசுரமாக வெளியிட்டார்.

இயல்பாகவே அநீதியைக் கண்டு பொங்கி எழுவதோடு போர்க் குணமும் நடேசய்யருக்கு இருந்தது. கொழும்பு நகரிலிருந்த சிலருடன் சேர்ந்து 'தேசநேசன்' என்ற பத்திரிகையைத் தொடங்கினார். இதுதான் இலங்கையில் தொடங்கிய முதல் தினசரி பத்திரிகையாகும். தேசபக்தன், தொழிலாளி, தோட்டத் தொழிலாளி, உரிமைப்போர், சுதந்திரப் போர், வீரன், சுதந்திரன் போன்றவை தமிழிலும் சிட்டிசென், பேர்வாட், இந்தியன் ஒப்பினியன், இந்தியன் எஸ்டேட் லேபர் போன்ற ஆங்கிலப் பத்திரிகைகளையும் (1922-1929) வெளியிட்டு எழுச்சியை ஏற்படுத்தினார்.

தோட்டத் தொழிலாளர்களின் நிலைமை இந்திய தலைவர்களுக்கு தெரிந்துவிடக் கூடாது என்பதில் வெள்ளைத் துரைமார்களும் ஆட்சியாளர்களும் மிகக் கவனமாக இருந்தனர். இவற்றையெல்லாம் தனது புத்திக் கூர்மையால் நடேசய்யர் முறியடித்தார். இவரை விரும்பத்தகாத கிளர்ச்சிக்காரர் என இலங்கை அரசு இந்திய அரசிடம் கூறியது.

1921ஆம் ஆண்டு பிஜீத் தீவிலிருந்து மணிலால் என்ற முற்போக்குத் தலைவர் இலங்கைக்கு வந்தார். இவரை தோட்டங்களில் அழைத்துச் சென்று தொழிலாளர்களின் நிலையை கண்டறியச் செய்தார். இதன் தொடர்ச்சியாக தோட்டத் தொழிலாளர்களை அணி திரட்டி பின்னாளில்

பேரியக்கமாக மாற்றினார். வெள்ளை அரசாங்கமும் அதன் பிறகு வந்த சிங்கள அரசாங்கமும் அச்சம்கொள்ளும் நிலைக்கு தொழிலாளர்களை வலுப்படுத்தினார்.

அரசியல் ரீதியான உரிமைகளையும் பெற முயற்சி எடுத்தார். 1924ஆம் ஆண்டு இடம் பெற்ற நாடாளுமன்ற தேர்தலில் போட்டியிட்டதோடு தேர்தல் மேடையை தனது கொள்கைகளை விளக்கப் பயன்படுத்தினார். அத்தேர்தலில் வெற்றி பெற முடியவில்லை. இதனைத் தொடர்ந்து கோ.நடேசய்யர் தோட்டத் தொழிலாளர்களின் அமோக வாக்குகளைப் பெற்று தேர்தலில் மீண்டும் வெற்றி பெற்றார். 1931ஆம் ஆண்டு வரை தோட்டத் தொழிலாளர்களின் உரிமைகளை நாடாளுமன்றத்தில் முழங்கினார்.

முன்னாள் எஸ்இ/எஸ்.டி ஆணையாளர் பி.டி. சர்மா உடன் விடி.எம்.எஸ். தலைவர்கள்

## கோ.நடேசய்யரால் சட்டமன்றத்தில் முன்வைத்தவை

நாங்கள் எப்போதும் இந்நாட்டின் அபிவிருத்தியிலும் அரசியல் முன்னேற்றத்திலும் அக்கறை கொண்டிருக்கிறோம். இந்நாட்டின் அபிவிருத்தியிலேயே இந்தியத் தொழிலாளர்களினதும், இந்திய வியாபாரிகளினதும் வளர்ச்சி அமைந்துள்ளது என நாங்கள் கருதுவதே அதற்குக் காரணம். அதனால்தான் இலங்கையரோடும் இணைந்து நின்று இந்நாட்டின் அரசியல் அபிவிருத்திக்காக நாம் போராடினோம். நாங்கள் சிறுபான்மையினராக இருந்தாலும், இந்த சபையில் ஏனைய சிறுபான்மையரோடு இணையாமலும், அரசாங்க அலுவலர்களோடு சேராமலும் தேசிய காங்கிரஸில் இந்தியத் தொழிலாளர்களின் வாக்குரிமையை அதிகரிக்கும் என்று நம்பினோம். எங்களின் நம்பிக்கை முழுமையாக சிதறடிக்கப்பட்ட நிலையை இன்று காண்கிறோம்.

இந்நாட்டின் தேசியத்தோடு இரண்டறக் கலந்து வாழ எங்கள் கைகள் நீண்டது, உங்கள் கைகள் அணைக்கத் தவறியது. அதன் காரணத்தின் வலியை, அதன் வேதனையைத் தனது அடி மனதில் இருந்து வெளிப்படுத்தியுள்ளார் நடேசய்யர்.

இலங்கைத் தொழிற்சங்க வரலாற்றில் முன்னோடியாக அடையாளப்படுத்தப்படும் சிங்களவர் எ.இ.குணசிங்காவுடன் நடேசய்யர் இணைந்து செயல்பட்டார். இவரது செயல்பாடு இலங்கை தேசியத்தை வெளிப்படுத்தியது. இவரது ஆங்கிலப் புலமையும், பேச்சாற்றலும் பிரச்சினைகளைக் கையாளும் திறனும் பொருண்மையும் ஒருங்கே அமைந்திருந்தால் சிங்கள மற்றும் தமிழ் தலைவர்களுடன் நெருக்கமான உறவை நடேசய்யர் உருவாக்கிக் கொண்டார்.

நடேசய்யர் தோட்டத் தொழிலாளர்களிடம் எடுத்துச் சென்ற பரப்புரையில் இலங்கைதான் உனது நாடு என்ற தேசிய உணர்வை உருவாக்க முற்பட்டார். 01.08.1939 இல் அவரால் வெளியிடப்பட்ட நூலில் தோட்டத் தொழிலாளர்களாகிய நீங்கள் சுதந்திரம் பெற்ற மனிதர்கள் போல் தலை நிமிர்ந்து நடக்க வேண்டுமெனில் உங்களுக்கு வாக்குரிமைச் சுதந்திரம் இருக்க வேண்டும். வாக்குரிமையென்பது என்ன என்பதை உங்களுக்கு நான் எடுத்துக் கூற வேண்டியதாயிருக்கிறது. வோட் சுதந்திரம் என்பது ஒருவனுடைய உயிர் நிலை. மனிதனுக்குள்ள பிறப்புரிமை வோட் சுதந்திரம். அதனைப் பெறுவதற்கு நீங்கள் எவ்விதத்திலும் பாடுபட முன்வரவேண்டும். இலங்கை அரசாங்கத்தின் செலவிற்கு வேண்டி வசூலிக்கப்படும் பெரும் வரியில் 100க்கு 60 சதவீதம் தேயிலை, இரப்பர் ஏற்றுமதியில் கிடைக்கிறது. நீங்கள் இல்லாவிட்டால் தேயிலை எங்கே? இரப்பர் எங்கே? தார் போட்ட ரோடுகள் எங்கே? - இது போன்ற வினாக்கள் மூலம் மக்களிடம் விழிப்புணர்வை ஏற்படுத்தி வந்தார்.

மலையகத் தமிழர்களிடம் இலங்கைக் குடியுரிமையை பெறவும் அதை உறுதிப்படுத்திக் கொள்ளவும் தொழிலாளர்கள் மத்தியில் பரப்புரை நடத்தினார் நடேசய்யர். மறுபுறம் தொழிலாளர்கள் மத்தியில் வர்க்க அரசியலை முன்னிலைப் படுத்தியது "லங்கா சமசமாஜி கட்சி"யின் தொழிற்சங்கம்.

தோட்டத் தொழிலாளர்கள் தங்களை அமைப்பு ரீதியாக அணி திரட்டி கோரிக்கைகளை முன் வைத்தனர். இதே சமயத்தில் நகர்ப்புறத் தொழிலாளர்களும், துறைமுகத் தொழிலாளர்களும் அமைப்பாக செயல்பட்டனர். இவர்களை இணைத்து 1931ஆம் ஆண்டு கோ. நடேசய்யர் இலங்கை தோட்டத் தொழிலாளர்கள் கூட்டமைப்பை ஏற்படுத்தினார். *(All Ceylon Estate Labour Federation).* இதே போல் சிங்களம் மற்றும் தமிழ்ப் பாட்டாளிகளும் ஒருங்கிணைந்து செயல்பட்டனர்.

வடபகுதியில் வாழ்ந்த பூர்வீகத் தமிழர்களில் பொன். இராமநாதன், ஜி.ஜி. பொன்னம்பலம் போன்ற தலைவர்கள் தோட்டத் தொழிலாளர்களை கூலிகளாகவே கூறிவந்தனர்.

இலங்கைத் தமிழர்கள் இம்மக்களை தாழ்வுபடுத்துவதையும் சிங்கள மக்கள் வெறுத்து ஒதுக்குவதையும் நேரடியாக கண்டித்ததோடு எதிர்த்தும் போராடினார்.

1928ஆம் ஆண்டுக்குப் பிறகு திரு.குணசிங்காவின் நடவடிக்கைகளும் இந்திய மக்களுக்கு எதிராக இருப்பதை நடேசய்யர் கண்டித்தார். சிங்களம் மற்றும் தமிழ் மேல் தட்டு வர்க்கத்தினர் தோட்டத் தொழிலாளர்கள் உழைக்கும் வர்க்கம் என்பதால் அவர்களின் உரிமைகளுக்கு குரல் கொடுக்கவில்லை.

கோ.நடேசய்யர் 1930ஆம் ஆண்டு ஹட்டனுக்கு அருகிலுள்ள 'தொப்பித் தோட்டம்' என்ற இடத்திற்கு தனது வீட்டை மாற்றினார். நாடாளுமன்றத்தில் 5 ஆண்டுகள் நீண்டகால நோக்கத்தோடு பல்வேறு கருத்துகளை முன் வைத்ததோடு பல மாற்றங்களையும் இலங்கையில் ஏற்படுத்தினார். இவரின் ஆற்றலுக்குத் துணையாக இவருடைய துணைவியார் மீனாட்சி அம்மையார் விளங்கினார்.

இவர் அமைத்த அகில இலங்கை தோட்டத் தொழிலாளர் சம்மேளனம், உரிமைகளை மீட்கப் போராடியதோடு தொழிலாளர்கள் குடி, சூது, கடன் போன்றவற்றிலிருந்து விடுபட்டு சுகாதாரமாக வாழக் கோரினார். கம்பீரமாக உடையணிந்து நடந்து செல்லச் சொன்னார். தோட்டத் தொழிலாளர்களின் வாழ்வில் ஒளி ஏற்றிய தேசபக்தன் கோ. நடேசய்யர் 1947ஆம் ஆண்டு மாரடைப்பால் மரணம் அடைந்தார். அவர் இயற்றிய தீப்பொறி பின்னாளில் நெருப்பாக மாறியது.

"பாட்டாளித் தோழனே பயப்படாதே!
தலை நிமிர்த்து வெளியில் வா!
இந்தா இந்த நோட்டைச் படி!
கள்ளக் கணக்கெழுத கங்காணிகளுக்கு இடம் கொடாதே!
குட்டிச் சாக்கில் சம்பளத்தை எடுக்கும்
மட்டித்தனத்தை எட்டி உதை!
அரைப் பெயர் போடுவதை எதிர்த்து நில்!

பகல் சாப்பாட்டுக்கு ஒரு மணி நேரம் லீவு உண்டு,
அதை பயமின்றிக் கேள்!
உன்னை மிரட்டும் வீணருக்குப் பயந்து உரிமையை
விட்டுக் கொடாதே!"
- என்ற நடேசய்யரின் குரல் தோட்டத் தொழிலாளர்களின்
அடிமைச் சங்கிலியை உடைத்தெறிந்தது.

பகல் சாப்பாட்டுக்கு ஒரு மணி நேரம் லீவு உண்டு,
அதை பயமின்றிக் கேள்!
உன்னை மிரட்டும் வீணருக்குப் பயந்து உரிமையை
விட்டுக் கொடாதே!"
- என்ற நடேசய்யரின் குரல் தோட்டத் தொழிலாளர்களின்
அடிமைச் சங்கிலியை உடைத்தெறிந்தது.

# சிங்களவர்களும் தமிழர்களும்

தொழிலாளர் வர்க்கத்தின் ஒருங்கிணைந்த செயல்பாடு இலங்கை வரலாற்றில் மிக முக்கிய நிகழ்வாகும். 1919இல் இலங்கைத் தொழிலாளர் நல சங்கமும் இதைத் தொடர்ந்து ஏ.இ. குணசிங்காவின் தலைமையில் இலங்கை தொழிற்சங்கமும் உருவாகியது. அன்றைய தொழிற்சங்க தலைமையில் எந்தவித இன வேறுபாடும் சிறிய அளவில்கூட இருக்கவில்லை. இலங்கையின் தலையெழுத்தை மாற்றக்கூடிய அளவில் வீரம் செறிந்த எழுச்சிமிக்க போராட்டங்கள் வெற்றிகரமாக நடைபெற்றன. ஏ.இ. குணசிங்காவுடன் சிங்களவர்கள், தமிழர்கள், முஸ்லிம்கள், மலையாளிகள் எந்த பேதமும் இல்லாமல் செயல்பட்டனர். இதற்கு கோ. நடேசய்யர் சி.எச்.சர் பெர்ணாண்டோ, ஜார்ஜ், இ.டி.சில்வா, விக்டர் கொரியா, எ.பி. தம்பியையா, ஜேம்ஸரத்னம், எம்.எல். ரியால், எம்.என்.என்.கணியா, காசீம் இஸ்மாயில் இவர்களின் பங்கு அளப்பரியதாகும். அனைத்துத் தரப்பு மக்களையும் ஒருங்கிணைத்த போராட்டங்களை நடத்தியதோடு 1928ஆம் ஆண்டு குணசிங்காவின் தலைமையில் இலங்கை தொழிற்கட்சி நிறுவப்பட்டது. இக்கட்சியின் செயற்குழுவில் தமிழர், சிங்களவர்கள் பேதமின்றி அனைவரும் இடம் பெற்றனர். 1929இல் நடைபெற்ற போராட்டங்கள் முற்போக்கான புரட்சிகர தலைமையையும் எதிர்கால வர்க்க அரசியலில் பிரதிபலித்தது. இதேபோல் வடக்கில் யாழ்ப்பாண வாலிபர் காங்கிரஸ் செயல்பட்டது. இதனை உடைக்க ஆளும் வர்க்கமும் மேல்தட்டு வர்க்க பிரதிநிதிகளும் முற்பட்டனர். இதன் விளைவால் இன வாத விதை தூவப்பட்டு தொழிலாளர் வர்க்கத்தின் ஐக்கியம் சீர்குலைக்கப்பட்டது. 1929 - 1931இல் உலகளவில் ஏற்பட்ட

பொருளாதார நெருக்கடியால் வேலையில்லாத் திண்டாட்டம் ஏற்பட்டது. இக்காலப் பகுதியில் ஏ.இ.குணசிங்கா சிங்கள மக்களுக்கு முன்னுரிமை என்ற கருத்துக்கு தள்ளப்பட்டு பின்னாளில் இனவாதியாக மாறினார்.

உலகப்போரில் இறந்த இராணுவ வீரர்களுக்கு நிதி திரட்டும் நோக்கத்தோடு பொப் மலர் விற்பனையை ஆளும் வர்க்கம் தொடங்கியது. இதைக் கண்டித்து உள்ளூர் மலரான சூரிய மலர் விற்பனை செய்யும் இயக்கமாக சூரியமலர் இயக்கம் தொடங்கப்பட்டது.

இதுவே பின்னாளில் இலங்கையில் முதல் இடதுசாரி கட்சியாக "லங்கா சமசமாஜிக் கட்சியாகும்" (LSSP). இக்கட்சியின் கோரிக்கைகளும் செயல்பாடுகளும் பல்வேறு மாற்றங்களை ஏற்படுத்தியது. மலையக மக்களின் தந்தையான கோ. நடேசய்யரும் இக்கோரிக்கைகளுக்கு முழு ஆதரவு கொடுத்தார். இதேபோல் நாடு முழுவதும் உள்ள உழைக்கும் வர்க்கத்தை ஒன்று திரட்டினர். சிங்கள, தமிழ் மேல்தட்டு வர்க்கத் தலைவர்கள் ஓர் அணியில் நின்று இவற்றை முறியடிக்க திட்டமிட்டனர்.

# உலகப் பொருளாதார நெருக்கடி

உலகப் பொருளாதார நெருக்கடியின் விளைவால் தேயிலை, ரப்பர் சந்தைகளில் வீழ்ச்சியடைந்து இலங்கைத் தோட்டங்களையும் பாதித்தது. இதனைப் பயன்படுத்தி ஜான் கொத்தலாவலை என்ற எம்.பி இந்திய தொழிலாளர்களை வேலை நீக்கம் செய்தார்.

உலகப் பொருளாதார நெருக்கடியால் இலங்கையில் வறுமை ஏற்பட்டு பல தரப்பு மக்களையும் பாதித்தது.

இச்சூழலில் இந்திய மார்வாடிகளும், நாட்டுக் கோட்டை செட்டிகளும், குஜராத் வியாபாரிகளும் பொருட்களைப் பதுக்கி வைத்ததோடு கொள்ளை லாபம் அடைந்தனர். இவர்களுக்கு எதிராகப் போராடுவதற்குப் பதிலாக இந்திய வம்சாவளியினருக்கு எதிரான போராட்டமாக சிங்கள முதலாளித்துவ வர்க்க அரசியல்வாதிகள் திசை திருப்பினர்.

சிங்கள கடுங்கோட்பாட்டாளர்கள் மற்றும் சிங்கள வணிகர்களால் இந்திய வணிகர்களின் வணிகம் நெருக்கடிக்குள்ளாகும் என்ற அச்சம் நிலவிய காலம். இந்த சூழ்நிலையில் ஜவகர்லால் நேரு அவர்கள் இலங்கைக்கு வருகை தந்தார்.

# இலங்கையில் இந்திய காங்கிரஸ்

இலங்கை வாழ் இந்தியர்களை நாடு கடத்துவதென இலங்கை அமைச்சரவை மேற்கொண்ட நடவடிக்கைகளைப் பற்றி டி.எஸ். சேனநாயக்காவின் அமைச்சரவையோடு பேச்சு வார்த்தை நடத்துவதற்காக ஜவகர்லால் நேரு அவர்கள் இலங்கைக்கு வந்தார். இலங்கை அமைச்சரவையோடு இந்தியா முதன் முறையாக இலங்கை வாழ் இந்தியர்கள் பற்றி நடத்திய பேச்சுவார்த்தை தோல்வியில் முடிந்தது. இந்தியர்களை திரும்ப அனுப்பும் முடிவில் மாற்றுக் கருத்து எட்டப்படவில்லை. இதன் பின் இந்திய தொழிலாளர்களின் இலங்கை வருகை தடை செய்யப்பட்டது.

நேருவின் வருகையின் போது நகரங்களில் வாழும் இலங்கை வாழ் இந்தியர்கள் மத்தியில் பெரும் வரவேற்பு இருந்தது. இவ்வாறான வரவேற்பை ஏற்பாடு செய்தவர்கள் இந்திய வணிகர்களும் தோட்டப் பொறிய கங்காணிகள் பலருமாகும்.

இலங்கையில் நிலவிய சூழ்நிலையை கணக்கில் கொண்ட அவர்கள் வழங்கிய ஆலோசனைப்படி கொழும்பு நகரில் இந்தியர்களிடையே செயல்பட்டு வந்த சமூக சங்கங்கள்

ஒன்றுபட்ட கூட்டத்தின் மத்தியில் 1939 ஆம் ஆண்டு ஜூலை 25ஆம் நாள் ஜவகர்லால் நேரு அவர்களின் முன்னிலையில் இலங்கை இந்திய காங்கிரஸ் உதயமானது. இதன் தலைவராக லட்சுமணன் செட்டியாரும், இணைச் செயலாளர்களாக ஜனாப் ஏ. அஷிஸ் அவர்களும், எச்.எம். தேசாய் ஆகியோர்கள் தெரிவு செய்யப்பட்டுள்ளார்கள். இலங்கை இந்திய காங்கிரஸ் உருவான சில மாதங்களுக்குப் பின் (1940இல்) கொழும்பில் வசிக்கும் இந்திய வணிகர்களுக்கெதிராக பரப்புரையைத் தொடங்கியது. இப்பரப்புரையால் காங்கிரசின் கொழும்புத் தலைமை அச்சத்தில் தள்ளாடத் தொடங்கியது.

தோட்டத் தொழிலாளர்கள் மத்தியில் சென்ற இலங்கை இந்திய காங்கிரஸ் 1940ஆம் ஆண்டில் இலங்கை இந்திய தோட்டத் தொழிலாளர்கள் சங்கத்தை உருவாக்கியது. இதன் தலைவராக பெரியசுந்தரம் தெரிவு செய்யப்பட்டார்.

இந்திய வணிகர்கள் மத்தியில் உருவான இலங்கை இந்திய காங்கிரஸ் குழந்தையாக மலையகத் தோட்டத் தொழிலாளர்கள் மத்தியில் வளரத் தொடங்கியது. பின்னாளில் இதற்கு திரு. தொண்டமான் அவர்கள் வளர்ப்புத் தலைவரானார்.

இந்திய வணிகர்களை மையமாகக் கொண்டு உருவாக்கப்பட்ட இந்திய அமைப்புக்கும், தோட்டத் தொழிலாளர்களுக்கும் இடையே இந்தியர் என்ற உறவு நிலவவில்லை. நகரப்பகுதிகளில் வாழ்ந்த வணிகர்கள் தனித்து ஒரு சமூகமாக இருந்தனர். இன்றும் அது தொடர்கிறது.

நகரத்தில் வாழும் இலங்கை வாழ் இந்திய வணிகர் சமூகத்தின் பாதுகாப்பு என்பது தோட்டத் தொழிலாளர்களையும் இணைப்பதன் மூலம் மட்டுமே சாத்தியப்படும் என்பதால் இலங்கை இந்திய காங்கிரசை தோட்டப் பகுதிகளுக்கும் கொண்டு செல்ல தொடங்கினர்.

1940ஆம் ஆண்டில் தோட்டங்களில் தொழிற்சங்கம் அமைக்கும் உரிமையை அரசு சட்டமாக்கியது. சட்டமாக்கிய போதும் தோட்ட நிர்வாகம் தொழிற்சங்கம் அமைக்கும் உரிமையை மறுத்து வந்தது.

1942ஆம் ஆண்டு கூடிய இலங்கை இந்திய தோட்டத் தொழிலாளர் காங்கிரசின் இரண்டாவது மாநாட்டில் அதன்

தலைவராக திரு. அஷிஸ் அவர்கள் தெரிவு செய்யப்பட்டார். இதில் போட்டியிட்டு தோற்ற தொண்டமான் அவர்கள் 1945 ஆம் ஆண்டில் நாவலப்பட்டியில் நடைபெற்ற மூன்றாவது மாநாட்டில் அதன் தலைவராக தெரிவு செய்யப்பட்டார்.

இந்திய தோட்ட தொழிலாளர்கள் வெளி உலகத்தைப் பற்றிய எந்த ஒரு சிந்தனையும் தெளிவும் இல்லாத நிலையில் தோட்டமென்ற எல்லைக்குள் முடங்கிப் போனவர்களின் சிந்தையில் முந்தைய தலைமுறைகள் கூறி வைத்த பூர்வீகத்தை பற்றி செய்திகளை கிளறிப்பார்க்கும் வாய்ப்பை இவர்களின் பரப்புரைகள் உருவாக்கி வைத்தன.

'காந்திக்கு ஜே' 'பாரதமாதாவுக்கு ஜே' 'நேருவுக்கு ஜே' போன்ற முழக்கங்கள் நடேசய்யர் தடத்தையும் இடது சாரிகளின் அரசியல் தடத்தையும் தகர்க்கும் செயலாக அமைந்தன. இலங்கை இந்திய தொழிலாளர் காங்கிரஸின் பரப்புரைகள் தோட்டத் தொழிலாளர் மத்தியில் செல்வாக்கு செலுத்துவதற்கு மற்றுமோர் காரணம். 1939ஆம் ஆண்டு இந்திய அரசாங்கம் தொழிலாளர் ஏற்றுமதி தடை சட்டம் கொண்டு வரும் வரை தமிழகத்திலிருந்து மக்கள் வந்து கொண்டிருந்தார்கள். இக்காலப் பகுதிகளில் இந்திய விடுதலைப் போராட்டம் தீவிரப்பட்டு வந்த நிலையில் இத்தாக்கத்தின் பாதிப்பு இலங்கை மலைப்பிரதேசங்களில் அவ்வப்போது வந்து குடியேறுபவர்கள் மூலம் இந்திய விடுதலைப் பற்றிய செய்திகள் பரப்பப்பட்டன. இந்திய வர்த்தகர்களுக்கும் தொழிலாளர்களுக்கும் வாக்குரிமை கொடுக்கப்பட்டால் இன்னும் இருபது முப்பது ஆண்டுகளில் அவர்களுடைய ஆதிக்கத்தின் கீழ் நாம் வாழ வேண்டும் என்பதே எஸ். டபிள்யூ.ஆர்.டி பண்டாரநாயக்காவின் கருத்தாகும். இதே பண்டாரநாயக்கா 1940இல் டில்லியில் நடைபெற்ற ஒரு கூட்டத்தில் பின்வரும் கருத்தைப் பதிவு செய்துள்ளார். இந்தியர்கள் இலங்கையை தம் சொந்த நாடாகக் கருதி அதன் நடவடிக்கைகளில் பங்கு பெறுவதில்லை.

1948ஆம் ஆண்டில் குடியுரிமை பறிப்புச் சட்டத்தை இலங்கை நாடாளுமன்றத்தில் டி.எஸ்.சேனநாயக்க கொண்டு வந்த பொழுது நாடாளுமன்ற விவாதத்தில் பண்டார நாயக்க

முன் வைத்த மற்றொரு கருத்தையும் நோக்குவோம்.

இந்திய துணைக் கண்டத்துடன் நாங்கள் நட்பாயிருக்க வேண்டுமானால் எந்த அடிப்படையில்? எமது மக்களுக்கு துரோகமிழைப்பதன் அடிப்படையிலா? ஒரு போதும் இல்லை. எமது மக்களுக்குத் துரோகமிழைப்பதன் அடிப்படையில் எமது நட்பு இருக்க முடியாது. இந்தியர்கள் இலங்கையை தமது சொந்த நாடாகக் கருதுவதில்லை என்ற பண்டார நாயக்காவின் நிலைப்பாடு.

இந்தியர்களிடையே காணப்பட்ட உறுதியான இனரீதியான பிணைப்புகள் மற்றும் கடந்த ஒரு நூற்றாண்டு காலத்திற்கும் மேலாக சுதேச மக்களுடன் கலந்து வாழ்வதற்கான எந்த அறிகுறியும் இந்த மக்களிடத்தில் காணப்படாமை. தமது தாய் நாட்டிற்கு இவர்கள் தொடர்ச்சியாக காட்டிவரும் விசுவாசம் மற்றும் அதன் நிமித்தம் அவர்களின் இன எண்ணிக்கையானது மிகையான அரசியல் அதிகாரங்களுக்கு அவர்கள் உரித்துடையவர்களாகும். பிரஜா உரிமையை பொறுத்தவரையில் இந்திய சுதேச மக்களுடன் சம அந்தஸ்தில் வைக்க கூடிய சலுகைகளை வழங்குவதில் இலங்கையானது எப்போதும் எச்சரிக்கையாக இருந்து வந்துள்ளது. (இலங்கை நாடாளுமன்ற இல.6ப.13)

1940ஆம் ஆண்டு லங்கா சமசமாஜி கட்சி (LSSP) புதிய தொழிற்சங்கத்தை ஏற்படுத்தியது. இது இடதுசாரிக் கருத்துகளை தொழிலாளர் மத்தியில் எடுத்துச் சென்றதோடு போர்க்குணம் மிக்க போராட்டங்களிலும் தோட்டத் தொழிலாளர்களை அணிதிரளச் செய்தது.

# தோட்டத் தொழிலாளர்களின் வீரமிக்க போராட்டங்கள்

இலங்கையின் உழைக்கும் வர்க்கத்தின் முதுகெலும்பாக இருக்கும் மலையகத் தோட்டத் தொழிலாளர்களின் ஒருமித்தப் போராட்டங்கள் வரலாற்று முக்கியத்துவம் வாய்ந்தவையாகும். இலங்கை இந்திய காங்கிரஸ், சமசமாஜிக் கட்சியின் அகில இலங்கை தோட்ட தொழிலாளர் சங்கம் உழைக்கும் மக்களை அனைத்து வகை சுரண்டலிலிருந்து விடுவிக்கும் நோக்கத்தோடு ஏற்படுத்தப்பட்டதாகும். 1940ஆம் ஆண்டு இலங்கையின் மத்திய மாகாணத்திலுள்ள முல்லோயத் தோட்டத்தில் மாபெரும் வேலைநிறுத்தம் போராட்டம் நடைபெற்றது. இதில் காவல்துறையினரை ஏவி இரும்புக் கரம் கொண்டு ஒடுக்க முயற்சி எடுத்தனர். இந்த போராட்டத்தில் ஜனவரி 19ஆம் தேதி கோவிந்தன் என்ற மலையகத் தோட்டத்தொழிலாளி தனது உயிரை துச்சமென மதித்து துப்பாக்கி குண்டுகளுக்கு பலியாகி தியாகி ஆனார். பலர் காயமுற்றனர். இவரே தனது உயிரை தியாகம் செய்த முதல் தொழிலாளி ஆவார்.

1970ஆம் ஆண்டுகளில் தோட்டத் தொழிலாளர்களின் போராட்டங்கள் தீவிரம் அடைந்திருந்தன. 1970 செப்டம்பரில் பதுளை கினக்கொலை தோட்டத்தில் செங்கொடி சங்கம் நடத்திய போராட்டத்தில் அழகர்சாமி, ராமையா ஆகிய இரண்டு தொழிலாளர்கள் காவல்துறையினரால் சுட்டுக் கொல்லப்பட்டார்கள்.

1970ஆம் ஆண்டு டிசம்பர் மாதம் 31ஆம் நாள் மாத்தளை கருங்காளித் தோட்டத் தொழிலாளர்களின் போராட்டத்தின் போது பார்வதி, கந்தையா, ஆறுமுகம், ராமசாமி ஆகியோர் படுகொலை செய்யப்பட்டார்கள்.

1971இல் நடந்த ஏப்ரல் கிளர்ச்சியை காரணமாக்கிய ஆளும் வர்க்கம் செங்கொடி சங்கத்தின் முன்னணி அங்கத்தினர்களையும் மார்க்சிய சித்தாந்தத்தை முன்னெடுத்த அமைப்புகளோடு சம்பந்தப்பட்டவர்களையும் கொடூரமாக ஒடுக்குவதற்கு காவல்துறையைப் பயன்படுத்திக் கொண்டது.

1971ஆம் ஆண்டு செங்கொடி சங்கத் தலைவர்களின் கைதும், சிறைவாசமும் செங்கொடி சங்கத்தை இரண்டாகப் பிளவுப்பட செய்தது. இதன்பின் அதன் தொழிற்சங்க செயல்பாடுகளில் முந்தைய போராட்டங்களின் தீவிரம் வெளிப்படவில்லை.

இதற்கு பிறகு நாலாந்தா தோட்டத்தில் 1973இல் ஐந்துக்கு மேற்பட்டோர் சுட்டுக் கொல்லப்பட்டனர். அரசியல் வேலை நிறுத்தப் போராட்டங்களும் தொடர்ந்து நடைபெற்றது. 1946ஆம் ஆண்டு சோல்புரி அரசியலமைப்பு சட்டத் திருத்தங்களுக்கு எதிராகவும், வாக்குரிமை பறிப்புக்கு எதிராகவும் வீரம் செறிந்த போராட்டங்களை மலையகத் தோட்டத் தொழிலாளர்கள் நடத்தினர். இவர்களுக்கு முற்போக்கு கருத்துகளை கோ. நடேசய்யர், எஸ்.எ.விக்ரம சிங்கா, பீட்டர்கெனமன், எ.வைத்தியலிங்கம், எம்.ஜி.மெண்டீஸ், ந.சண்முகதாசன், எ.குணசேகரா, பொன். கந்தையா, டபில்யூ.ஆர்.எ.ரத்னம் ஆகியோர்கள் முன்வைத்தனர்.

நுவரலியா மாவட்டத்தில் தோட்டத்துரைமார்களின் அடக்கு முறைக்கு எதிராக வீறுகொண்டு எழுந்த மலையகத் தோட்டத் தொழிலாளர்களின் போராட்டத்தை ஒடுக்க துப்பாக்கி ஏந்திய காவல்துறைப்படை குவிக்கப்பட்டது. அவற்றை துச்சமென மதித்து காவல் துறையினர் கைகளிலிருந்த துப்பாக்கிகளை பறித்து தங்கள் கைகளில் ஏந்தி எச்சரிக்கை செய்தனர். அந்த அளவுக்கு வீரம் செறிந்தனர். இந்த எழுச்சிகள் 1964 -1970ஆம் ஆண்டுகளில் நடைபெற்றன. இக்காலப் பகுதியில் தோட்டப் பகுதிகளில் மாணவர்கள் சமத்துவக் கொள்கைகளை உள்வாங்கியதோடு கலை, இலக்கியத் துறைகளிலும் வளர்ந்து வந்தனர்.

தோட்டத் தொழிலாளர்களின் இடதுசாரிப் பார்வையும் போராட்டங்களும் இலங்கையின் ஆளும் வர்க்கத்தையும் அரசையும் அச்சமடையச் செய்தன. இதே போலவே

இலங்கை முழுவதுமுள்ள உழைக்கும் வர்க்கம் இனப் பாகுபாடுகளை கடந்து ஓரணியில் திரண்ட சூழல் முதலாளித்துவத்தைக் கலக்கம் அடையச் செய்தது. தெற்காசிய நாடுகளில் இலங்கையும் சமத்துவ சமுதாய மாற்றத்தை ஏற்படுத்தும் நாடாக மாறுவதை பிற நாடுகளும் விரும்பவில்லை. ஆகவே, மக்களைப் பிளவுப்படுத்தி இனவாத கொள்கைகளுக்கு உரமிட்டு தண்ணீர் ஊற்றி வளர்த்தெடுக்கும் தந்திரங்களைக் கையாண்டனர். இதன் விளைவே மலையக மக்களின் வாக்குரிமைப் பறிப்பும் இதைத் தொடர்ந்த ஒப்பந்தங்களும் ஆகும்.

இடதுசாரி தலைவர்களைக் கைது செய்து சிறைகளை நிரப்பினர். இதில் திரு. கொல்வின் ஆர்.டி.சில்வா, திரு. என்.எம்.பெரேரா, திரு.பிலிப் குணவர்த்தனா, திரு.எட்மன் சமரகொடி, திரு.லென்ஸி குணவர்த்தனா ஆகியோர்கள் குறிப்பிடத்தக்கவர்கள். இவர்கள் சிறையிலிருந்து தப்பித்து தலைமறைவு வாழ்க்கையும் மேற்கொண்டனர். இதில் சிங்கள தலைவரான திரு. கொல்வின் ஆர்.டி.சில்வா இந்தியாவில் (தமிழ்நாட்டில்) தலைமறைவாக இருந்தார். இக்காலத்தில் முல்லோயாத் தோட்டத்தில் துப்பாக்கி குண்டுகளுக்கு பலியாகி இறந்த கோவிந்தனின் பெயரை தனது பெயராக சூட்டிக்கொண்டு வாழ்ந்தார்.

வெள்ளையர் அரசு மக்களின் சுதந்திரப் போராட்டங்களை நீண்டகால நோக்கத்தோடு தந்திரமாக ஒடுக்கினார். பிரித்தலிலும், சூழ்ச்சியிலும் ஈடுபட்டனர். சுதந்திரம் என்ற போர்வையில் தமக்கு நம்பத்தகுந்த பிரபுத்துவ முதலாளி வர்க்கத்திடம் ஆட்சியை ஒப்படைத்தனர். சுதந்திரத்துக்கு பிறகு இன வர்க்கப் பேரினவாத அரசியலை டி.எஸ். சேனாநாயக்கா தலைமையில் வளர்த்தெடுத்தனர்.

# பிரஸ்கேர்டில்

மாத்தளைக்கு அருகிலுள்ள ரேணுகால் தோட்டத்தில் 1936ஆம் ஆண்டு திரு.மார்க் அந்தணி லிஸ்டர் பிரேஸ்கேர்டில் என்ற வெள்ளைக்கார இளைஞர் தனது 24வது வயதில் சின்னத்துரை வேலைக்கு வந்தார். சில மாதங்கள் அந்தத் தோட்டத்தில் வேலை செய்தார். வெள்ளைக்கார நிர்வாகத்தால் தோட்டத் தொழிலாளர்கள் மிருகத்தனமாக கசக்கிப் பிழியப்பட்டு ஒடுக்கப்பட்டு இருந்ததை அவரால் சகித்துக் கொள்ள முடியவில்லை. இதற்கு எதிராக, கிளர்ந்து தெளிந்த பிரேஸ்கேர்டில் இவற்றை அம்பலப்படுத்த முயற்சி எடுத்தார். நிர்வாகம் இவரை சிறைப் பிடிக்கவும் நாடு கடத்தவும் உத்தரவு இட்டது. இச்செயலை கண்டித்ததோடு கோ.நடேசய்யரும் இடதுசாரி இயக்கங்களும் இதற்கு எதிராக குரல் கொடுத்தனர். இறுதியாக நாடு கடத்தும் முயற்சி கைவிடப்பட்டது.

"அதோ அந்த வெள்ளை மலைகளைப் பாருங்கள்!
அங்கிருக்கும் வெள்ளை மாளிகைகளைப் பாருங்கள்!
வெள்ளையர்கள் அங்கே இருந்து கொண்டு டாம்பீக
வாழ்க்கை நடத்துகின்றார்கள்!
அவர்கள் உங்களது ரத்தத்தை உறிஞ்சுபவர்கள்!
அவர்கள் புல்லுருவிகள்!
துரைமார்களின் இரகசியங்களை நான் அறிவேன்!
நானே தோட்டம் ஒன்றில் தொழில் செய்தவன்!"

என்று திரு.பிரேஸ்கேர்டில் மேடையில் முழக்கமிட்டு தொழிலாளர்களை அணிதிரள அறைகூவி அழைத்தார். தொழிலாளர்களுடனும், தொழில் சங்கங்களுடனும் இணைந்து போராடினார். சாதி, மதம், மொழி, இனம் என்ற பெயரில் லாபம் சுரண்டும் வர்க்கம் உழைக்கும் மக்களை பிளவுப்படுத்துகின்றனர். இந்த மாயையில் சிக்காமல் உழைக்கும் வர்க்கம் ஓர் அணியில் திரள்வதை யாராலும் தடுக்க முடியாது என்றார்.

# வாக்குரிமை பறிப்பு

1920ஆம் ஆண்டு இலங்கை நாடாளுமன்றத்தில் அனைத்து இந்திய வம்சாவளியினருக்கும் பிரதிநிதித்துவம் வழங்கப்பட்டிருந்தது. அப்போதே இதனை சிங்கள மற்றும் தமிழ் நிலப்பிரபுத்துவ சக்திகள் எதிர்த்தன. இச்சூழலில் இந்திய அரசாங்கம் 1922ஆம் ஆண்டு இந்தியர்கள் கூலிகளாக இலங்கைக்குச் செல்வதை தடுக்கும் நோக்கத்தோடு கொண்டு வந்த இந்திய வெளியேற்ற தடைச்சட்டத்தை ஏற்றுக் கொள்ள விரும்பவில்லை. இச்சட்டத்தை ரத்து செய்யக் கோரி டி.எஸ். சேனாநாயக்கா தலைமையில் தூதுக்குழு இந்தியா சென்றது. இந்தியத் தொழிலாளர்கள் இலங்கைக்கு செல்வது தடுக்கப்பட்டால் சிங்கள முதலாளிகளின் வளர்ச்சி பாதிக்கப்படும். ஆகவே, கூலி உழைப்பாளர்கள் தேவை என்பதோடு அதே நேரத்தில் இவர்களுக்கு பிரதிநிதித்துவம் கிடைத்துவிட்டால் அரசியல் உரிமை பெற்ற மக்களாகி விடுவர் என்று நினைத்தனர். ஆகவே எந்தவித அரசியல் உரிமையும் பெற்றுவிடக் கூடாது என்பதில் உறுதியாக இருந்ததோடு கூலிகளாக மட்டுமே இவர்களைப் பயன்படுத்த திட்டமிட்டனர்.

சுதந்திரத்திற்கு முன்பாக இலங்கையின் அரசியலில் மலையக மக்கள் தேர்தலில் பங்கு கொண்ட புள்ளி விவரங்கள்

| வருடம் | மொத்த வாக்காளர்கள் |
|---|---|
| 1924 | 13,000 |
| 1931 | 1,00,000 |
| 1936 | 1,45,000 |
| 1939 | 2,25,000 |
| 1943 | 1,68,000 |

1947ஆம் ஆண்டு தேர்தலில் தோட்டத் தொழிலாளர்கள் இடதுசாரிகளுக்கும் இலங்கை இந்திய காங்கிரசுக்கும் வாக்களித்தனர். இதன் மூலம் இலங்கை, இந்திய காங்கிரஸ் 7 இடங்களில் வெற்றி பெற்றது. இது 58.7 சதவீத வாக்குகளாகும். 16 சதவீத வாக்குகளை இடதுசாரிகள் பெற்றனர். மேலும் 14 தொகுதிகளில் இடதுசாரிகளை ஆதரித்தனர். எதிர்க்கட்சியாக நாடாளுமன்றத்தில் LSSP விளங்க தோட்டத் தொழிலாளர்களின் வாக்குகள் தீர்மானிக்கும் சக்தியாக இருந்தது. இதை உன்னிப்பாக கவனித்த ஐக்கிய தேசிய கட்சி (UNP) தோட்டத் தொழிலாளர்களைப் பலவீனப்படுத்தும் தந்திரங்களை திட்டமிட்டனர்.

இலங்கை இந்திய பிரதமர்களுக்கிடையில் இக்காலப் பகுதிகளில் கடிதத் தொடர்புகள் இருந்துள்ளன. இந்திய பிரதமரால் 1948 செப்டம்பர் 8ஆம் நாள் மற்றும் 1948 அக்டோபர் 12ஆம் நாள் தேதியிட்ட கடிதம் ஆகியவற்றுடன் முடிவடைந்தன. 1948 செப்டம்பர் 8ஆம் தேதியிட்ட கடிதத்தில் உடன்பாடின்மையைக் குறிப்பிட்டு இந்திய பிரதமர் இலங்கையில் வசிக்கும் இந்தியர்களுக்கு பிரஜா உரிமை அளித்து தங்கள் நாட்டில் இருப்பதற்கான சட்ட நடவடிக்கைகள் மேற்கொள்ளப்படுதல் வேண்டும் (இலங்கை நாடாளுமன்றத் தொடர் இல.6) என நேரு அவர்கள் தனது கடிதத்தில் கோரி இருந்தார். இந்திய பிரதமர் ஜவகர்லால் நேரு டி.எஸ்.சேனசாயகாவின் நிலைப்பாட்டுக்கெதிராக இலங்கை வாழ் இந்தியர்களுக்கு குடியுரிமை வழங்கப்பட வேண்டும் என்ற உறுதிப்பாட்டைக் கொண்டிருந்தார் என்பதை இக்கடிதம் உணர்த்துகிறது.

1936இல் தேர்தலிலும் 1947இல் நடைபெற்ற பொதுத் தேர்தலின்போதும் மலையகத் தமிழர்களின் வாக்குகள் இடதுசாரிகளை நோக்கிச் சென்றது. பிரித்தானியர்களின் நம்பிக்கைக்குரியவர்களான தரகு முதலாளித்துவ சக்திகளை இந்நிகழ்வு விழிப்புறச் செய்தது. இத்தேர்தல் தீர்ப்பே இவர்களை வர்க்க ரீதியாகச் சிந்திக்க தூண்டியது. அடுத்து வரும் தேர்தலில் இடதுசாரிகள் கணிசமான தொகுதிகளை கைப்பற்றும் வாய்ப்பும் மலையகத் தமிழர்களின் ஆதரவும்

இடதுசாரிகளுக்கு தொடருமானால் ஆட்சி அதிகாரத்துக்குச் சிக்கல் வரக்கூடும் என்ற அச்சக் கணக்கு அதிகார வர்க்கத்தை தொற்றிக் கொண்டது. இந்த கருத்துருவோடு பேரின ஆதிக்கவாதிகளும் இணைந்து மலையக தேசிய இன பரிணமிப்பை சட்டங்களால் அடித்து நொறுக்கினர்.

1948ஆம் ஆண்டு இலங்கையரசு தோட்டத் தொழிலாளர்களான இந்திய வம்சாவளி தமிழர்களின் பிரஜா உரிமையையும் வாக்குரிமையையும் பறிக்கும் புதிய சட்டத்தை நாடாளுமன்றத்தில் கொண்டு வந்தது. இதனால் தோட்டத் தொழிலாளர்களின் பிரதிநிதிகளாக நாடாளுமன்றத்திலிருந்த ஐந்து எம்.பி.க்களின் பதவி பறிக்கப்பட்டது. மேற்கண்ட சட்டத்திற்கு ஆதரவாக ஈழத் தமிழர் பகுதியிலிருந்த அகில இலங்கை தமிழர் காங்கிரஸ் கட்சியின் பிரதிநிதிகளான ஜி.ஜி. பொன்னம்பலம் போன்றவர்கள் இச்சட்டத்திற்கு ஆதரவாக வாக்களித்தனர்.

கண்டியவர்களை இந்தியர்கள் கீழிருந்தும், ஐரோப்பியர்கள் மேலிருந்தும் நசுக்குகிறார்கள் என்று சட்ட நிரூபண சபையில் பேசிய ஜி.ஜி.பொன்னம்பலம் அவர்கள் மலையகத் தமிழர்கள் அனுபவித்து வரும் கொடுமைகளைப் பற்றி அவரது விழிகள் காணத்தவறின. ஆனால், சிங்களவர்களின் துன்பத்திற்கு இந்தியர்கள் காரணம் என்று மட்டும் இவரது பார்வையில் பட்டது. பொன்னம்பலம் அவர்கள் யதார்த்த நிலைக்கு மாறான ஒன்றைப் பதிவு செய்தார். சிங்களத் தலைவர்களின் சாடலுக்கும் பொன்னம்பலம் அவர்களின் குற்றச்சாட்டுக்கும் என்ன வேறுபாடு? மலையகத் தமிழர்களைப் பற்றிய பார்வையில் பொன்னம்பலம் போன்ற சில தமிழ்த் தலைவர்கள் சிங்களத் தலைவர்கள் பயணித்த தடத்திலேயே பயணித்தார்கள்.

ஆனால், இக்கட்சியில் நாடாளுமன்ற உறுப்பினராக இருந்த திரு. S.J.V. செல்வநாயகம் (செல்வா)வாக்குரிமை பறிப்புக்கெதிராக வாக்களித்ததோடு மேற்கண்ட கட்சியை விட்டு பிரிந்து தனிக் கட்சியைத் தொடங்கினார் இக்கட்சியே தமிழரசு கட்சியாகும்.

"கண் உள்ளவர்களே பார்த்துக் கொள்ளுங்கள் இன்று இந்திய வம்சாவளி தமிழனுக்கு இழைக்கப்படும் அநீதி நாளை ஈழ தமிழனுக்கும் (இலங்கை) எதிராகவும் நடக்கும். சிங்கள பேராதிக்க பிரளயத்தை இன்றே தடுத்து நிறுத்த வேண்டும்." என தீர்க்கமாக எச்சரித்தார். இந்தியாக்காரன் என நிந்திக்கப்படும் தமிழனும் இலங்கைத் தமிழனும் உறவால் ஒன்றுபட்டவனே என ஈழத் தமிழர்களுக்கு உணர்த்தினார். தோட்டத் தொழிலாளர்களுக்கு வாக்குரிமை வழங்கக்கூடாது என்ற வாதத்தை சிங்களத் தலைவர்கள் மேற்கொண்ட தருணத்தில் சர்வசன வாக்குரிமை தோட்டத் தொழிலாளர்களுக்கு வழங்கப்படவேண்டும் என குணசிங்கா அவர்கள் தனது கருத்தை தெரிவித்தார்.

1920 முதல் 1930 வரையும் குணசிங்காவின் தொழிற்சங்க செயல்பாடுகள் முற்போக்குத் தன்மையை வெளிப்படுத்தியுள்ளன. தோட்டத் தொழிலாளர்களுக்கு வாக்குரிமை வழங்குவதை எதிர்த்தவர்களை குணசிங்கா கடுமையாக சாடியுள்ளார். இம்மக்களுக்கு வாக்குரிமை வழங்க வேண்டும் என்பதை மிக துணிச்சலாக பதிவு செய்த சிங்கள தலைவர்களில் குணசிங்கா முக்கியமானவர். ஆனால், முதலாளித்துவ வர்க்க நலனை பிரதிபலித்த தமிழ்க் கட்சிகள் இதை பெரும் பிரச்சினையாக கருதவில்லை.

மலையகத் தமிழர்கள் இந்தியாவின் பாரம்பரியத்தை கொண்டிருந்த ஒரே காரணத்திற்காக நாட்டு விடுதலை தங்களுக்கு வழங்கப்போவது ஒரு தண்டனையாக இருக்குமென்று எதிர்பார்க்கவில்லை. பிரித்தானியர்களால் அழைத்து வரப்பட்டவர்களில் நான்கு தலைமுறையினரின் உழைப்பு நூற்று ஐம்பது ஆண்டுகள் வெள்ளை முதலாளிகளால் சுரண்டப்பட்டது போலவே உள்ளூர் சிங்கள தமிழ் முஸ்லிம் முதலாளிகளாலும் சுரண்டப்பட்டது. இந்தச் சுரண்டல் மூலம் பெரும் செல்வத்தை ஈட்டினார்கள். இம்மக்களின் உழைப்பு நாட்டின் உள் கட்டமைப்புகளை உருவாக்கவும் ஏனைய தொழில் துறைகள் உருவாகவும் காரணிகளாக இருந்துள்ளது. இந்த உண்மையை நெஞ்சார உணர்ந்த கம்பளையைச் சேர்ந்த பிரபுத்த பிக்குமண்டலய என்ற அமைப்பை சேர்ந்த இருபத்தி

ஒன்பது பௌத்த பிக்குகள் சார்பாக கே. இந்தசாரதேரோ என்ற பிக்கு பிரதம மந்திரிக்கு ஒரு வேண்டுகோள் விடுத்தார்.

அறிவுமிக்க அரசியல்வாதி என்ற வகையிலும் பௌத்தர் என்ற முறையிலும் நெருக்கடி மிகுந்த இக்கட்டத்தில் இலங்கையின் தலைவிதியை வழி நடத்துவதில் சட்ட ரீதியிலான முறையில் அல்லாது பிரச்சனையை மனிதாபிமான முறையில் தாங்கள் அணுக வேண்டும் என்பது எங்கள் விருப்பமாகும். இங்குள்ள இந்தியர்கள் எங்கள் நாட்டின் விவசாயம் கைத்தொழிலினது மிக முக்கியமான அங்கம் ஆவர். இதற்கு மேலாக அவர்கள் இங்கு பிரிட்டிஷாரால் கொண்டு வரப்பட்டு மறைமுகமாகவோ நேரடியாகவோ நாட்டின் அபிவிருத்திக்கு உதவியவர்கள். இவர்கள் எமக்குப் பயனற்ற அந்நியர்கள் என இவ்வேளை கருதுவது அநீதியாகும். எமது பொருளாதாரத்தை நிலை நிறுத்திய அவர்களது சேவையை நாம் பயன்படுத்துகிறோம். அவர்கள் கோரும் அடிப்படை உரிமைகளை நாம் வழங்க வேண்டும்.

சேனநாயக்கா கொண்டு வந்த அநீதியான சட்டமும் தேசியத்திலிருந்து அந்நியப்படுத்தலும் நல்லதல்ல என்ற வேண்டுகோள் மனசாட்சி உள்ளவர்களால் வைக்கப்பட்டன. மலைநாட்டுப் பகுதியை சேர்ந்த இத்துறவிகள் தோட்டத் தொழிலாளர்களின் துன்பங்களையும் அவர்களின் உழைப்பின் பயன்பாடுகளையும் தெரிந்துள்ளார்கள். ஆனால், இலங்கை தமிழர்களின் நாடாளுமன்ற உறுப்பினர்கள் பலர் இம்மசோதாவிற்கு ஆதரவு தெரிவித்தனர்.

சமசமாஜக் கட்சித் தலைவர் டாக்டர் என்.எம்.பெரேரா இச்சட்டங்கள் முழுமையான வகுப்புவாத நோக்கம் கொண்டவை என்றார். ஒரு குறிப்பிட்ட குழுவுக்கு எதிராக வகுப்புவாத அடிப்படையை பிரயோகிக்க அரசாங்கம் தொடங்குவது இன்றி இலங்கையர் என ஏற்றுக் கொள்ளப்படும் ஏனைய சிறுபான்மையினருக்கெதிராகவும் வேறுபாடு காட்டுவதற்கு வழிகோலும் என்று போல்ஷ்விக் கம்யூனிஸ்ட் கட்சியைச் சேர்ந்த கொல்வின் ஆர்.டி.சில்வா கூறினார்.

வர்க்க நலன்கள் இச்சட்ட விதிகளில் சேர்ந்திருப்பதால் நாம் இந்த மசோதாவை எதிர்க்கிறோம். இச்சட்டம்

தொழிலாளர் வர்க்கத்தைச் சேர்ந்த இந்தியர்களுக்கு எதிரானது இம்மசோதாவின் அடிப்படைத் தத்துவம் நேர்மையற்றது. ஒரு வர்க்கத்திற்கெதிராக வேறுபாடு காட்டும் முறையும் இந்நாட்டு மக்களுக்கு பிரஜா உரிமை வழங்கும்படி கூறிக்கொண்ட யூ.என்.பி. அரசு தன் அரசியல் அமைப்பை நிலை நிறுத்த முயல்வதைக் காணலாம் என்று இலங்கை கம்யூனிஸ்ட் கட்சியின் பொதுச் செயலாளரான பீட்டர் கெனமன் கூறினார். இக்கட்சியின் பொதுச் செயலாளர் டான்பிலிப் ரூபாசிங்கே குணவர்த்தனா பின்வருமாறு தனது கருத்தைப் பதிவு செய்தார்.

நாம் அவர்களை நேச சக்தியாகவும் இலங்கையில் ஒரு சோஷலிச அரசை நிறுவுவதற்குப் போராடும் இலங்கை தொழிலாளர் வர்க்கத்தினராகவும் கருதுகிறோம் என்றார்.

மூன்று மாதங்களாக இம்மசோதா மீது நடைபெற்ற விவாதம் இறுதியில் வாக்களிப்பின் மூலம் நிறைவேறியது. மசோதாவிற்கு ஆதரவாக 55 வாக்குகளும் எதிராக 35 வாக்குகளும் கிடைத்தன. நாட்டின் பொருளாதாரத்தின் அந்நிய வருவாயை ஈட்டி தந்து கொண்டிருக்கும் லட்சக் கணக்கானோரின் குடியுரிமை பறிக்கப்பட்டு நாடற்றவர்களாக ஆக்கப்பட்டனர்.

இம்மசோதாவை எதிர்த்து வாக்களித்தவர்களில் இடதுசாரி கட்சி உறுப்பினர்கள், இலங்கை இந்திய காங்கிரஸ், இலங்கைத் தமிழ் காங்கிரஸ், சுயேச்சை உறுப்பினர்கள் லக்ஷ்மன் ராஜேபக்ஷ, வில்மர்ட் பெரேரா, ஆராஸ் பொல்பொல, ஐ.எம்.எ.ஈரியகொல்ல, ஹெட்ச். சிறிநிசங்க ஆகியோர் அடங்குவர். வாக்களிப்புக்கு முன்னதாக ஹெட்ச், சிறிநிசங்க சட்ட ஆக்கலின் கோட்பாடுகளின் முதலாவது விதியை அலட்சியப்படுத்தும் ஒரு நடவடிக்கைக்கு நான் வாக்களிக்க மாட்டேன். இத்தகைய கடின பிரச்சினையின் தீர்வுக்கான அணுகுமுறை வேறாக இருக்க வேண்டும் என்று தனது மனசாட்சியைப் பதிவு செய்தார்.

வாக்குரிமை பறிக்கப்பட்டதால் தோட்டத் தொழிலாளர் மத்தியில் தொழிற்சங்கங்கள் மட்டுமே செல்வாக்குடையதாக செயல்பட்டது. இதனால் மலையக மக்கள் மத்தியில் அரசியல் விழிப்புணர்வு தொய்வு நிலைக்கு தள்ளப்பட்டதோடு

இம்மக்களுடைய கோரிக்கைகளும் பிரச்சினைகளும் வெளியில் வராதவாறு நசுக்கப்பட்டது.

இம்மக்கள் மத்தியில் புதிய தலைமுறையினர் 1960ஆம் ஆண்டுக்குப் பிறகு இடதுசாரி அரசியல் சிந்தனை பெற்றவர்களாக உருவெடுத்தனர். இதை 1964ஆம் ஆண்டு ஏற்பட்ட ஒப்பந்தம் முறியடித்தது.

இம்மக்கள் பிரச்சினையை தேசிய இனப்பிரச்சினையாக எவரும் புரிந்து கொள்ளாததால் சிங்கள பொது தேசிய இன வெறிக்கு முதலில் பலியாகினர். இவற்றை ஈழத்து பூர்வீகத் தமிழர்களும் உணரவில்லை. இதன் விளைவால் தமிழர்களின் பலம் கொஞ்ச கொஞ்சமாக குறைக்கப்பட்டு ஒட்டு மொத்தமாக தமிழினமும் சிங்கள பேரினவாதத்துக்கு பலியாகும் நிலை ஏற்பட்டது.

# மலையகத்தில் இந்திய தேசியம்

இலங்கை இந்திய காங்கிரஸ் அதன் தொடக்க காலத்தில் இந்திய தேசியத்தை வலியுறுத்தும் முழக்கத்தை முன்னெடுத்தது. இவ்வாறான முழக்கங்கள், சிங்கள கடுங்கோட்பாட்டாளர்கள் மத்தியில் பின்வரும் கருத்துக்களை பதிவு செய்யக் காரணமானது.

இலங்கை இந்திய காங்கிரஸ் தலைவர் எஸ். தொண்டமான் இந்தியாவின் கூட்டாட்சியில் இணைந்த ஆதிக்கத்துக்குட்பட்ட ஒடுக்கப்பட்ட இலங்கை பற்றிய பார்வையையே கொண்டிருந்தார் என்ற வாதத்தை அன்றைய உணவு அமைச்சராக இருந்த ரத்நாயக்கா முன்வைத்தார். இவரது கூற்றில் எந்த உண்மையும் இல்லை என்றாலும் தொண்டமான் அவர்களை நோக்கி சிங்கள அரசியல் தலைவர்களிடமிருந்து இவ்வாறான கருத்துருவாக்கம் பிறப்பெடுப்பதற்கு இலங்கை இந்திய காங்கிரசின் இந்திய தேசிய வாதமும் ஒரு காரணமாகும். (1939இல் தொடங்கப்பட்ட இலங்கை இந்திய காங்கிரஸ் என்ற பெயரை பிற்பகுதியில் இலங்கை தொழிலாளர் காங்கிரஸ் என்று மாற்றினர்) பாரத மாதாவிற்கு ஜே, போன்ற முழக்கங்களும் இந்தியத் தலைவர்களின் தொடர் வருகையும் அவர்களின் ஆலோசனைப்படி உருவான இலங்கை இந்திய காங்கிரஸ் இந்தியாவின் ஐந்தாம் படையாக எதிர்வரும் காலங்களில் இலங்கையில் செயல்படும் என்ற ஐயத்தை இனவாதிகளின் மத்தியில் உருவாக்கி இருந்தது. மேலும் மன்னர்களால் இலங்கைமீது நிகழ்த்தப்பட்ட படையெடுப்புகளும் குறுகிய இனவாத அரசியல் நாவிற்கு அவலாக இருந்தது.

இலங்கை இந்திய காங்கிரஸ் என்ற பெயர் இலங்கை தேசியத்தோடு இந்தியாவை இணைத்துப் பார்க்கும் ஒரு நிலையை தோற்றுவித்துள்ளது. இது போன்ற வாதங்கள் குறுகிய அரசியல் லாபத்துக்கு வைக்கப்படும் முழக்கங்களாக இருந்தன. ஆனால், இதை மெய்ப்பிக்கும் வகையில் காங்கிரஸ் செயல்பாடுகள் அமைந்திருந்தன.

எடுத்துக்காட்டாக இந்த அமைப்பு தொடங்கப்பட்டபோது அதன் நான்கு குறிக்கோள்களில் ஒன்று இந்தியாவின் பூரண சுயராஜ்ஜியத்துக்கு உழைத்தல் என்ற வாசகம் முதலிடத்தில் இடம் பெற்றிருந்தது. இலங்கை இந்திய காங்கிரஸ் ஆண்டுதோறும் நடத்தும் மாநாட்டிற்கு (தொடக்க காலத்தில்) சிறப்பு அழைப்பாளர்களாக இந்திய தேசிய காங்கிரஸ் தலைவர்களில் ஒருவர் அழைக்கப்பட்டார். இது இந்திய தேசிய உணர்வை மலையகத் தமிழர்களிடம் தூண்டியது. இந்திய தேசியவாதத்தை முன்னிலைப்படுத்தியது. இவ்வாறான செயல்பாடுகள் சிங்களத் தலைவர்களின் சாடலுக்கு காரணமானது.

இலங்கையில் நடைபெற்ற வணிகத்தில் ஆதிக்கம் செலுத்தியவர்கள் இந்தியர்களாகும். சில்லறை மற்றும் மொத்த வணிகத்திலும் இவர்களின் கை நாடு முழுவதும் பரந்து இருந்தன. இந்நிலையில் பேரினவாத அரசியல்வாதிகள் மத்தியில் காழ்ப்புணர்வைத் தூண்டச்செய்தன.

உள்ளூரில் உள்ள சிங்கள மக்களுடன் பரஸ்பரம் கலந்து பேசுவதும், கிராமங்கள் மற்றும் தோட்டங்களில் வாழும் மக்களின் நலன்களை அரசின் திட்டங்களைப் பற்றியெல்லாம் கலந்துரையாடலுக்கான ஒரு களமாக இருப்பது உள்ளாட்சி அமைப்பு அல்லவா? அந்த அமைப்பில் கலந்து கொள்ளும் வாய்ப்பைப் பறித்தவர் எஸ்.டபிள்யூ.ஆர். டி. பண்டாரநாயக்க என்பதை மறந்து விட்டுப் பேச முடியாது. ஐரோப்பியர்களுக்கும் பரங்கியர்களுக்கும் உள்ளாட்சி தேர்தலில் வாக்களிக்கும் உரிமை வழங்க சட்டத்தில் இடமிருந்தது. இந்நாட்டை ஆக்கிரமித்தவர்களுக்கு வாக்குரிமை வழங்க சட்டத்தில் இடமிருந்தது. ஆனால், இவர்களாலும் உள்ளூர் முதலாளிகளாலும் அழைத்து வரப்பட்டு இந்நாட்டை வளம் கொழிக்க வைத்தவர்களுக்கு வாக்குரிமை மறுக்கப்பட்டது.

1930ஆம் ஆண்டுகளில் பொருளாதார நெருக்கடியை நாடு சந்தித்த பொழுது கண்டிய விவசாயிகளில் சிலர் தோட்டங்களில் குடியேறி பணியாற்றத் தொடங்கினர். அவ்வாறு குடியேறிய சிங்கள மக்களுக்கும் தோட்டத் தொழிலாளர்களுக்கும் நெருக்கமான பிணைப்புகள் உருவானது. எடுத்துக்காட்டாக

கண்டி நகரத்தின் அண்மையில் உள்ள அந்தானை தோட்டத்தில் பணியாற்றும் சிங்களம் மற்றும் தமிழர் ஆகிய இரு தரப்பினர்கள் மத்தியில் உள்ள நெருக்கமான புரிதல் திருமண உறவுகளையும் ஏற்படுத்தி உள்ளன. இந்நாட்டின் தேசியத்தோடு இரண்டறக் கலந்து வாழ நீண்ட கைகளை அணைக்கத் தவறியது ஆளும் ஆதிக்க வர்க்கங்கள் அல்லவா?

1956 காலப் பகுதிகளில் டயகம தோட்டத்தில் நடைபெற்ற போராட்டத்தின் போது ஏப்ரகாம்சிங்கோ என்ற சிங்கள தோட்டத் தொழிலாளி காவல் துறையினரால் சுட்டுக் கொல்லப்பட்டார். இவரது மரண ஊர்வலத்தில் முப்பதாயிரம் மலையகத் தோட்டத் தொழிலாளர்கள் கலந்துகொண்டார்கள். ஒரு சிங்களத் தொழிலாளியின் படுகொலையை கண்டித்து ஆயிரக்கணக்கான தொழிலாளர்கள் கலந்துகொண்டது சிங்களர்களுடன் தோட்டத் தமிழர்கள் கொண்டிருந்த ஆழமான உறவுகளை நாம் புரிந்துகொள்வது அவசியமாகும்.

## இந்திய விரிவாக்கம் பரப்புரையும்
## ஜே வி பி தோற்றமும்

சோவியத் யூனியனில் மருத்துவக் கல்வியை மேற்கொண்டிருந்த ரோகன விஜய வீர 1964இல் நாடு திரும்பினார். மீண்டும் சோவியத் சென்று கல்வியை தொடர விசா அவருக்கு மறுக்கப்பட்டது. மருத்துவக் கல்வியை பாதியில் முடித்துக்கொண்ட நிலையில் சண்முகதாசன் தலைமையில் உள்ள இலங்கை கம்யூனிஸ்ட் கட்சியில் இணைந்து செயல்பட்டார். பின்னர் கட்சியின் செயல்பாட்டிலும் தலைமையிடனும் முரண்பட்டு கட்சியில் இருந்து வெளியேறினார்.

தனது அரசியல் செயல்பாடுகளை மையப்படுத்திக் கொண்ட விஜயவீர, 'சனத்தா விமுக்கி பெரமுன' (ஜே வி பி) என்ற அமைப்பைத் தொடங்கினார். 1968இல் உருவான இவ்வியக்கம் சிங்களப் பகுதிகளில் உள்ள கணிசமான இளைஞர்களை ஆயுதப் புரட்சி என்ற முழக்கத்தின் கீழ் அணி திரட்டியது. இவர்களுக்கு வழங்கிய சித்தாந்தக் கல்வியில் இறுதி வகுப்பில் இந்திய வம்சாவளித் தோட்டத் தொழிலாளர்கள் இந்திய நில விரிவாக்கவாதிகளின் கைக்கூலிகள் என்ற கருத்தை சிங்கள இளைஞர்களிடம் பதிவு செய்தனர். இதற்கு வலுசேர்க்க ஆயிரம் ஆண்டுகளுக்கு முன் நிகழ்ந்த (இலங்கை மீது) சோழர் காலப் படையெடுப்புகளையும் எல்லாளன், துட்டகைமுனு வரலாற்று நிகழ்வுகளையும் சமகாலத்தில் தெற்காசிய நாடுகளின் மீது இந்திய அரசின் மேலாதிக்கத்தையும் முன்னிலைப்படுத்தி மலையகத் தமிழர்களுக்கெதிரான பரப்புரையை மேற்கொண்டார்.

தெற்குப் பகுதிகளில் உள்ள சிங்கள இளைஞர்களும் இளம் பெண்களும் இவ்வியக்கத்தின்பால் ஈர்க்கப்பட்டுள்ளார்கள். ஆனால், பூர்வீகத் தமிழர் பகுதிகளிலும் மலையகத் தமிழர்களிடத்திலும் இவ்வியக்கம் அந்நியமாகியது. ஆட்சி

அதிகாரத்தை ஆயுதப் போராட்டத்தின் மூலம் கைப்பற்றும் நோக்கோடு 1971 ஆம் ஆண்டு ஏப்ரல் ஐந்தாம் நாள் இரவு காவல் நிலையங்கள் மீது மேற்கொண்ட தாக்குதல்கள் தோல்வியை தழுவின. இரத்தினபுரி மாவட்டத்தில் டெனியாய என்ற பகுதிக்குச் செல்லும் தரைவழிப் பாலம் தகர்க்கப்பட்டிருந்ததால் தங்களது கட்டுப்பாட்டில் இப்பகுதியை குறிப்பிட்ட தினங்கள் வைத்திருந்தனர். இலங்கை இராணுவம் இந்திய விமானப்படையின் துணையோடு அப்பகுதியை பத்தொன்பது நாட்களுக்கு பின்பு மீட்டது.

ஆயிரக்கணக்கான இளைஞர்கள், இளம் பெண்கள் பாதுகாப்பு படையினரால் படுகொலை செய்யப்பட்டார்கள். சண்முகநாதன் தலைமையின் கீழ் செயல்பட்ட இலங்கை கம்யூனிஸ்ட் கட்சித்தலைவர்களும் கைது செய்யப்பட்டார்கள்- கட்சியின் கீழ் இயங்கி வந்த செங்கொடி சங்கத்தின் புரட்சி முழக்கத்தால் ஈர்க்கப்பட்ட தோட்டத் தொழிலாளர்களும் சங்கப் பணியாளர்கள் பலரும் கைது செய்யப்பட்டு சிறையில் அடைக்கப்பட்டார்கள்.

தோட்டப் பகுதியில் முற்போக்கு சிந்தனையை உள்ளடக்கிய தொழிற்சங்கமான செங்கொடி சங்கத்தின் செயல்பாடுகள் ஒடுக்கப்பட்டன. சனத்தா விமுத்திக்க பெரமுனையின் தவறான நடவடிக்கை நாட்டின் இதரப் பகுதிகளில் செயல்பட்டு வந்த மார்க்சிய இயக்கத்திற்கு பின்னடைவை உருவாக்கியது. சிங்கள இளைஞர்களிடையே மலையக தமிழர்களைப் பற்றிய வர்க்க ரீதியான அணுகு முறைக்கு மாறாக இலங்கை மண்ணை ஆக்கிரமித்தவர்கள் என்ற எண்ணத்தை தோற்றுவித்தது.

# பேச்சு வார்த்தையும் நாடு கடத்தலும்

இலங்கையின் உழைக்கும் மக்களாகவும் பாட்டாளிகளாகவும் மலையகத் தோட்டத் தொழிலாளர்கள் விளங்கினர். அதே நேரத்தில் சிங்கள உழைக்கும் பாட்டாளிகளும் பூர்வீக ஈழத்தமிழ் பாட்டாளிக்கும் இஸ்லாமியர்களும் ஒரே அணியின் கீழ் இடதுசாரிக் கருத்துகளை உள் வாங்கி வளர்ச்சி அடைந்தனர். இதன் வளர்ச்சியும் எழுச்சியும் சிங்கள தமிழ் முதலாளித்துவத்தை அச்சம் கொள்ளச் செய்ததோடு இலங்கை இடதுசாரி சமத்துவ அடிப்படையிலான சமுதாய அரசியலை அரசு விரும்பவில்லை. ஆகவே இனவாதத்தை வளர்த்தெடுத்து மக்களைப் பிரிவினைக்கு உள்ளாக்கும் கொள்கை அடிப்படை நீண்டகால நோக்கமாக கொண்டிருந்தனர். இலங்கை இடதுசாரி சமத்துவ அரசாக உருவாகுவது இந்திய முதலாளித்துவ ஆளும் வர்க்கத்திற்கும் அச்சத்தை ஏற்படுத்தியது. இந்த நோக்கத்தில் அடிப்படையில்தான் இனக்கலவரங்களும் ஒப்பந்தங்களும் இடம் பெற்றது.

மலையகத் தமிழர்கள் இலங்கையின் அரசியலில் பங்குபெற்று விடக்கூடாது என்பதில் உறுதியாகியிருந்த சிங்கள முதலாளித்துவ வர்க்கம் மலையகத் தோட்டத் தொழிலாளர்களில் பாதியை இந்தியாவுக்கு திருப்பி அனுப்புவது எனவும் மீதி உள்ளவர்களை இலங்கையின் கூலிகளாக மட்டுமே பயன்படுத்தி தங்க வைப்பது என்ற உள்நோக்கத்தை கொண்டிருந்தனர். இந்த நோக்கத்தின் அடிப்படையில் இலங்கை அரசியல் தலைவர்களின் முக்கியமானவர்களாக இருந்த திரு. T.S சேனாநாயக்க, திரு. S.W. பண்டாரநாயக்க ஆகியோர்கள் செயல்பட்டனர். முதலில் இவர்கள் மிகுந்த அக்கறை எடுத்து இந்திய அரசாங்கத்துடன் பேச்சுவார்த்தை நடத்தினர். முதல் பேச்சுவார்த்தை 1940இல் டெல்லியில் நடைபெற்றது. இது இந்திய - இலங்கை உறவுகளுக்கான ஆராய்ச்சி மாநாடு என்ற அடிப்படையில் நடைபெற்றது.

*(Indo cello relations explanatory)* இதுவே சேனாநாயக்க -வாஜ்பாய் பேச்சுவார்த்தை எனப்பட்டது. இந்த பேச்சுவார்த்தையிலும் முடிவு ஏற்படவில்லை. இதைத் தொடர்ந்து சேனாநாயக்க - நேரு பேச்சுவார்த்தை 1941இல் கொழும்பில் நடைபெற்றது. *(ICREC)* இந்த பேச்சு வார்த்தையிலும் முடிவு ஏற்படவில்லை. 1949ஆம் ஆண்டு இந்திய-பாகிஸ்தானிய பிரஜா உரிமைக்கான மனுக்கள் கோரப்பட்டன. இதற்கு இரண்டு வருடங்கள் அவகாசம் தேவைப்பட்டது. இதன்படி 8,25,000 பேர் இலங்கை பிரஜா உரிமை கேட்டு விண்ணப்பித்தனர். இதன் மூலம் தாங்கள் இலங்கையில் வாழவே விரும்புகிறோம் என்பதை உறுதி செய்தனர். ஆனால், இலங்கை அரசு 1,34,168 பேர்களுக்கு மட்டுமே பிரஜா உரிமை வழங்கியதோடு மற்ற மனுக்கள் நிராகரிக்கப்பட்டன. (பிரஜா உரிமை பெற்றவர்களில் பெரும்பாலோர் இந்திய வணிகர்கள் என்பது குறிப்பிடத்தக்கது) இது மொத்த எண்ணிக்கையில் 16% மட்டுமே.

விண்ணப்பம் நிராகரிக்கப்பட்டவர்கள் மீதும் மீண்டும் இரு நாட்டு அரசாங்கங்களும் 1950ஆம் ஆண்டு பேச்சுவார்த்தை நடத்தின. மேலும் 1953இல் நேரு - டட்லி சேனாநாயக்க சந்திப்பு, 1954இல் நேரு - கொத்தலாவலை சந்திப்பு மூலம் பேச்சுவார்த்தை நடத்தினர். இருந்தும் முடிவு ஏதும் ஏற்படவில்லை.

1949க்கும் 1964 க்கும் 15 ஆண்டுகளுக்கிடையில் 2 லட்சத்து 25 ஆயிரம் நபர்கள் இந்திய பிரஜா உரிமை பெற்றிருந்தனர். மற்றவர்கள் நாடற்றவர்களாக இருந்தனர். இறுதியாக 1964ஆம் ஆண்டு இந்திய பிரதமர் லால்பகதூர் சாஸ்திர-ஸ்ரீமாவோ பண்டாரநாயக்கா பேச்சுவார்த்தை நடந்தது. இதுவே ஸ்ரீமாவோ – சாஸ்திரி ஒப்பந்தமாகும்.

இந்த ஒப்பந்தம் அப்போது இலங்கையில் நாடற்றவர்களாக இருந்து 9,75,000 நபர்களின் வாழ்வைத் தீர்மானிப்பதாக அமைந்தது. இந்த ஒப்பந்தம்படி 5,25,000 நபர்களை இந்தியா ஏற்றுக்கொள்வதும் 3 லட்சம் நபர்களை இலங்கை

ஏற்றுக் கொள்வது எனவும் 1,50,000 பேர்கள் குறித்து பிறகு முடிவெடுக்கப்படும் எனக் கூறினர்.

1974ஆம் ஆண்டு இந்திரா - ஸ்ரீமாவோ ஒப்பந்தம் 1,50,000 பேர் பற்றி நடைபெற்றது. இதன்படி அரைவாசி மக்களாக பிரித்துக்கொள்வது என முடிவு செய்யப்பட்டது.

தங்களது இரத்தத்தையும் வியர்வையும் சிந்தி உழைத்த தமிழ் மக்களின் அனைத்து உரிமைகளும் பறிக்கப்பட்ட மிகப் பெரிய மனித உரிமை மீறலாக மேற்கண்ட ஒப்பந்தங்கள் விளங்கின.

# ஒப்பந்தத்தின் பின்னணி

மலையகத் தமிழர்களின இடதுசாரி எழுச்சியை ஒடுக்குவதற்கு இயன்றளவு மலையகத் தமிழர்களை இந்தியாவுக்கு அனுப்புவது நல்லது என்ற நோக்கத்தை இலங்கை அரசு கொண்டிருந்தது.

இதன் அடிப்படையில் இந்திய அரசாங்கத்தை நிர்ப்பந்தத்திற்கு கொண்டு வந்தனர். இந்திய அரசுக்கும் இப்பிரச்சினையில் ஈடுபட கீழ்க்கண்ட காரணங்கள் முக்கியமாக அமைந்தது.

தெற்காசிய நாடுகளில் இலங்கை மிக முக்கிய இடத்தில் அமைந்துள்ளது. இந்நாட்டின் ஆதரவும் உறவும் வல்லரசுகளுக்கு தேவைப்படுகின்றது. இதில் இந்தியா, சீனா, அமெரிக்கா மற்றும் சில நாடுகள் அக்கறை காட்டுகின்றன.

1962ஆம் ஆண்டு இந்தியாவுக்கும் சீனாவுக்கும் யுத்தம் ஏற்பட்டு உறவுகள் பாதிக்கப்பட்டது. ஆகவே சீனா இலங்கையுடன் நெருக்கமாக உறவு கொள்வதை இந்தியா விரும்பவில்லை. இச்சூழ்நிலையில் இலங்கை முன் வைத்த ஒப்பந்தங்களை (நாடு கடத்தலை) ஒப்புக்கொள்ள வேண்டிய நிர்ப்பந்தம் ஏற்பட்டது. மேலும் பர்மா, இந்தியர்களை விரட்டியது. பர்மாவிலும் இந்தியாவுக்கு சுமூக நிலை இல்லை. இதேபோல் பாகிஸ்தானுடனும் உறவுகள் சீராக இல்லை. ஆகவே சுற்றியுள்ள நாடுகளை இந்தியா பகைத்துக்கொள்ள இயலாது. ஆகவே இலங்கை முன் வைத்த ஒப்பந்தங்களை இந்தியா ஏற்றுக்கொள்ள தயாரானது. தங்களது உதிரத்தையும் வியர்வையும் சொந்தங்களின் உயிரையும் தேயிலைச் செடிகளுக்கு அடியில் உரமாக்கி உருவாக்கிய தாய் மண்ணை விட்டு (மலையகம்) விரட்டியடிக்கப்பட ஸ்ரீமாவோ - சாஸ்திரி ஒப்பந்தம் பயன்பட்டது. ஒப்பந்தம் செய்வதற்கு முன்பாக சம்பந்தப்பட்ட மக்களிடம் கருத்து கேட்கப்பட்டிருக்க வேண்டும். அப்படி எதையும் இலங்கை, இந்திய அரசுகள் செய்யவில்லை.

மாடு விற்க வேண்டுமென்றால் விற்பவனும் வாங்குபவனும் மட்டும்தான் பேசிக் கொள்வார்கள். மாட்டைக் கேட்க

மாட்டார்கள். இப்படி இந்த மக்களை மாடாக நினைத்தார்களோ என்னவோ எந்த கருத்தும் கேட்கப்படவில்லை. ஆகவே இது உலகிலேயே நடந்தேறிய மிகப்பெரிய மனித உரிமை மீறல் ஒப்பந்தமாகும்.

ஒப்பந்தங்கள் முறைப்படி இரண்டு நாட்டு அரசாங்கங்களும் கையொப்பமிட்ட ஆவணங்கள் இல்லை. கடிதம் மூலமாகவே இவற்றை முடிவு செய்துள்ளனர்.

1964ஆம் ஆண்டு உடன்படிக்கை ஜவகர்லால் நேரு அவர்கள் எடுத்திருந்த நிலைக்கு மாறான நிலையாக இருந்தது. அன்றைய புறநிலை சூழ்நிலை அழுத்தமே இந்தியா இவ்வாறான தீர்வுக்கு வருவதற்கு காரணம் என்று கூறலாம். இந்தியாவின் பாதுகாப்பு என்ற வாதத்தை முன்நிறுத்தி அயல்நாடுகளுடன் நட்புறவை பேணுவதற்கு கொடுக்கப்படும் விலை ஒரு சமூகத்தின் அடிப்படை உரிமைகளைக் காவு கொடுப்பதாக இருக்கக் கூடாது. ஆனால், இந்த உடன்படிக்கை அவ்வாறான தன்மையைக் கொண்டுள்ளது.

# ஸ்ரீமாவோ – சாஸ்திரி உடன்படிக்கை

இந்திய பிரதம மந்திரி

எண் 446 / பி.எம்.ஓ / 64 புதுடெல்லி.      நாள்: 30-10-1964

மாட்சிமையுடையீர்,

உங்களது கடிதம் எண் சி.ஐ.டி / ஐ.பி.பி / 62 தேதியிட்ட கடிதம் கிடைக்கப்பெற்றதை தெரிவிக்கும் பேறு பெற்றுள்ளேன்.

இலங்கையிலுள்ள இந்திய வம்சாவளியினரின் நிலை பற்றியும் அவர்களின் எதிர்காலம் பற்றியும் 1964 அக்டோபர் 24ஆம் தேதியிலிருந்து 30ஆம் தேதி வரை நம் இருவருக்குமிடையில் நடைபெற்ற விவாதங்கள் இருவருக்கிடையே ஏற்பட்ட ஒப்பந்தத்தின் முக்கிய கருத்துகள் சம்பந்தமாக இங்கு குறிப்பிடும் பேறு பெற்றுள்ளேன்.

1. அறிவிக்கப்பட்ட ஒப்பந்தத்தின் நோக்கத்தின்படி இந்திய அல்லது இலங்கை பிரஜைகளாக அங்கீகரிக்கப்படாத இலங்கையிலுள்ள எல்லா இந்திய வம்சாவளிகளும் இலங்கை அல்லது இந்திய பிரஜைகளாக ஆக வேண்டும்.

2. இத்தகையவர்களின் எண்ணிக்கை ஏறத்தாழ 9,75,000 இந்த எண்ணிக்கையில் கள்ளத்தனமாக குடிபெயர்ந்தவர்கள் இந்திய பாஸ்போர்ட்டை வைத்திருப்பவர்கள் சேரமாட்டார்கள்.

3. இவர்களில் 3,00,000 பேர்களும் அவர்களின் இயல்பான பிறப்பு சான்றுகளுடன் இலங்கை அரசாங்கத்தில் இலங்கை பிரஜைகளாக்கப்படுவார்கள். இவர்களில் 5,25,000 பேர்களும் அவர்களின் இயல்பான பிறப்புகளுடன் இந்திய அரசாங்கத்தில் இந்திய பிரஜைகளாக்கப்படுவார்கள்.

4. மீதியிருக்கும் 1,50,000 பேர்களின் நிலையும் எதிர்காலமும் இரண்டு அரசாங்கங்களுக்கிடையில் ஏற்படும் இன்னொரு ஒப்பந்தத்தின் மூலம் தீர்மானிக்கப்படும்.

5. இந்திய அரசாங்கம் தாயகம் திரும்பியவர்களை இந்த ஒப்பந்தம் ஏற்பட்ட 15 வருடங்களுக்குள்ளாக ஏற்றுக் கொள்ளும். இதற்காகத் தயாரிக்கப்படும் ஒரு செயல் திட்டத்தின்படி இது நடந்தே தீர வேண்டும்.

6. இலங்கை பிரஜா உரிமை அளிக்கப்படுதல் தொடர்பான 3வது பாராவின் படியும், மறுவாழ்வு அளித்தல் தொடர்பான 5வது பாராவின் படியும் 15 வருடங்களுக்குள் இது நடைபெற வேண்டும். பிரஜா உரிமை அளித்தலும் மறுவாழ்வு அளித்தலும் முடிந்த அளவு சரியான விகிதாச்சாரப்படி நடந்தேற வேண்டும்.

7. இந்தியா செல்லவிருக்கும் நபர்கள் தாயகம் திரும்பும் வரை இலங்கையில் தொடர்ந்து தங்கும் காலங்களில் இலவச விசா உட்பட மற்ற இலங்கை பிரஜைகளுக்கான வசதிகளையும் (திருப்பி அனுப்பும் வசதியைத் தவிர) மற்ற இயல்பான வசதிகளையும் இலங்கை அரசாங்கம் வழங்கும். இத்தகைய நபர்கள் ஒப்பந்தம் ஏற்பட்ட காலத்தில் ஏற்கெனவே இருக்கும் லாபகரமான 55 வயதை அடையும் வரையில் இதில் எதில் குறைவோ அதுவரை தொடர்ந்து வேலை செய்ய அனுமதிக்கப்படுவார்கள் என்பதை இலங்கை அரசாங்கம் ஒப்புக்கொள்கிறது.

8. இந்தியாவிற்குச் செல்லவிருக்கும் நபர்களுக்கு எதிராக பயன்படுத்தப்படமாட்டாது என்ற தற்போது அமலில் இருக்கும் பரிவர்த்தனைக் கட்டுப்பாடு ஒழுங்கு விதிகளின் படி இந்தியா செல்பவர்களின் சேமநலநிதி, பணிகொடை உட்பட எல்லா சொத்துகளையும் இந்தியாவிற்கும் கொண்டு செல்ல அனுமதியளிப்பதாக இலங்கை அரசாங்கம் ஒப்புக்கொள்கிறது. தாயகம் திரும்பவிருக்கும் குடும்பங்கள் எடுத்துச்செல்ல அனுமதிக்கப்படும் அதிகபட்ச சொத்துகளின் மதிப்பு ரூ. 4000 க்கும் குறையாது என்பதை இலங்கை அரசாங்கம் ஒப்புக்கொள்கிறது.

9. இலங்கை பிரஜா உரிமை அளிக்கப்படவிருக்கும் நபர்களின் பெயர்கள் அடங்கிய பதிவேடு ஒன்றும், இந்திய பிரஜா உரிமை அளிக்கப்படவிருக்கும் நபர்களின் பெயர்கள் அடங்கிய பதிவேடு ஒன்றும் - ஆக இரண்டு பதிவேடுகள் தயாரிக்கப்படும். இந்தப் பதிவேடு தயாரித்து முடிப்பதானது இலங்கை உரிமை அளிக்கப்படுதலையோ தாயகம் திரும்புதலையோ கட்டுப்படுத்தாது.

10. இந்த தேதியிலிருந்து ஒப்பந்தம் நடைமுறைக்கு வரும். இரண்டு அரசாங்கங்களும் இந்த ஒப்பந்தத்தை நடைமுறைப்படுத்த எல்லா நடவடிக்கைகளும் எடுப்பதிலிருந்து இரண்டு அரசாங்கங்களைச் சேர்ந்த அதிகாரிகளும் ஒரு கூட்டு நடவடிக்கை மேற்கொண்டு ஒப்பந்தத்தை நடைமுறைப்படுத்த தேவையான நடவடிக்கைகளை ஒழுங்குப்படுத்தும் நடவடிக்கை எடுக்கும்.

மேற்கண்ட பகுதிகள் நம்மிடையே ஏற்பட்டுள்ள ஒப்பந்தத்தை சரியாக விளக்கியுள்ளது. எனது கடிதமும் உங்களது பதிலும் இலங்கை இந்திய அரசாங்கங்களுக்கிடையே ஏற்பட்ட ஒப்பந்தத்தின் அங்கமே. தங்களது மேலான கவனத்திற்கு இதை எடுத்துக்கொண்டு ஏற்றுக்கொள்ளும்படி வேண்டுகிறேன்.

தங்கள் உண்மையுள்ள
(லால்பகதூர் சாஸ்திரி)
இந்தியப் பிரதம மந்திரி
பெறுநர்:
மேன்மை தாங்கிய ஸ்ரீமாவோ பண்டாரநாயக்கா
இலங்கை பிரதம மந்திரி,
இலங்கை.

# இந்திரா – ஸ்ரீ மாவோ உடன்படிக்கை

இந்தியப் பிரதம மந்திரி
புதுடெல்லி 27-1-1974
மேன்மையுடையீர்

உங்களது கடிதம் கிடைக்கப்பெற்றேன் என்று குறிப்பிடுவதில் பெருமை கொள்கிறேன். உங்களது கடிதம் கீழ்க்கண்டபடி சொல்கிறது.

1. மீதமுள்ள மக்களில் 50% பேருக்கு அதாவது 75,000 பேர்களுடன் அவர்களின் பிறப்புகளுக்கும் பிரஜா உரிமையை இலங்கை அரசாங்கம் வழங்கும் 50% பேருக்கு அதாவது 75,000 பேருக்கு அவர்களின் பிறப்புகளுக்கு இந்திய அரசாங்கம் மறுவாழ்வு அளிக்கும் அத்துடன் இந்திய பிரஜா உரிமையும் அளிக்கும்.

2. 75,000 பேருக்கு இந்தியாவில் மறுவாழ்வு அளித்தல் என்பது 1964 ஒப்பந்தத்தின் 3வது சரத்தின் படி குறிப்பிட்டுள்ள 5,25,000 பேருக்கு மறுவாழ்வு அளித்தபின் செய்யப்படும், இது இரண்டாண்டுகளில் செய்யப்படும்.

3. 75,000 பேருக்கு இலங்கை பிரஜா உரிமை அளித்தல் 1964 ஒப்பந்தத்தின் 3வது சரத்தில் குறிப்பிட்டுள்ள 3,00,000 பேருக்கு இலங்கை பிரஜா உரிமை அளித்தபின் செய்யப்படும். இது இந்தியாவில் விகிதாச்சாரத்தில் இருக்கும்.

4. மீதியிருக்கும் 1,50,000 பேர்களின் நிலையும் எதிர்காலமும் இரண்டு அரசாங்கங்களுக்கிடையில் ஏற்படும் இன்னொரு ஒப்பந்தத்தின் மூலம் தீர்மானிக்கப்படும்.

5. இந்திய அரசாங்கம் தாயகம் திரும்பியவர்களை இந்த ஒப்பந்தம் ஏற்பட்ட 15 வருடங்களுக்குள்ளாக ஏற்றுக்கொள்ளும். இதற்காக தயாரிக்கப்படும் ஒரு செயல் திட்டத்தின்படி இது நடந்தே தீர வேண்டும்.

6. 1964 ஒப்பந்தத்தின் கீழ் அடங்கும் நபர்களுக்கு அளிக்கப்பட்ட வசதிகள் இந்த ஒப்பந்தத்தின் கீழ் அடங்கும் நபர்களுக்கும் அளிக்கப்படும்.

*1964 ஒப்பந்தம்* இலங்கை அல்லது இந்திய பிரஜைகளாக அங்கீகாரம் பெறாத இலங்கை வாழ் இந்திய வம்சாவளிகளின் பிரச்சினை சம்பந்தமான இந்த ஒப்பந்தமும் முழுக்க நிறைவேற்றப்படுவதானது. நம் இரு அரசாங்கங்களுக்கும் திருப்தி அளிக்கும் விஷயமாகும் என்று உறுதியாக நம்புகிறேன்.

-நம்மிடையே ஏற்பட்ட ஒப்பந்தம் மேற்கண்டபடி சரியானது என்பதை உறுதி செய்வதில், நான் பெருமை கொள்கிறேன். என்னுடைய கடிதமும் உங்களது பதிலும் இந்திய இலங்கை அரசாங்கங்களுக்கிடையே ஆன எனது மேலான ஒப்புதலை ஏற்றுக்கொள்ளுங்கள்.

மென்மை தாங்கிய

இந்திராகாந்தி

இந்தியப் பிரதம மந்திரி

பெறுநர்:

திருமதி.ஸ்ரீமாவோ ஆர்.டி.பண்டாரநாயக்கா

இலங்கை குடியரசு பிரதம மந்திரி

ஸ்ரீமாவோ-சாஸ்திரி உடன்படிக்கையைப் பற்றி இலங்கை கம்யூனிஸ்ட் கட்சியின் (சீனசார்பு) பொதுச் செயலாளராக இருந்த தோழர் சண்முகதாசன் தனது கருத்தை பின்வருமாறு பதிவு செய்தார்:

இரண்டு அரசாங்கங்களுக்கிடையில் நடந்த திரைமறைவில் செய்யப்பட்ட கேவலமான பண்டமாற்று இந்த ஒப்பந்தம் என்பதில் சந்தேகமில்லை. இந்த ஒப்பந்தத்தை செய்வதற்கு இந்திய இலங்கை அரசாங்கங்களுக்கு தங்கள் சொந்தக் காரணங்களும் இருந்தன. புகழ்பெற்ற தனது கணவன் கையிலிருந்து கூட நழுவிய இப்பிரச்சினையை தேர்தலுக்கு சற்று முக்கிய காலத்தில் தீர்ப்பதன் மூலம் சிங்கள இன வெறிக்கு ஈடுகொடுத்து வெற்றிவாகை சூடவிரும்பினார் ஸ்ரீமாவோ பண்டார நாயக்கா. மறுபுறத்தில் தனது அண்டை நாடுகளோடெல்லாம் பிரச்சினைகளால் பகைத்துக் கொண்டிருந்த இந்தியா குறைந்தபட்சம் தனது ஒரு அண்டை நாட்டோடாவது ஓர் ஒப்பந்தம் செய்து முடிக்க ஆவலாயிருந்தது.

1962 ஆம் ஆண்டு இந்திய சீன யுத்தம் நடைபெற்ற காலத்துக்குப் பின் தெற்காசிய நாடுகளுடன் சுமூக உறவை மேம்படுத்திக்கொள்ள இந்தியா விரும்பியது. இதை இலங்கை தனக்கு சாதகமாகப் பயன்படுத்திக் கொண்டது. இப்பிரச்சினையை தீர்ப்பதில் மறைந்த பிரதமர் ஜவஹர்லால் நேரு அவர்களின் நிலைப்பாடு வேறாக இருந்தது. அதாவது பிரித்தானியர்களின் குடியேற்ற நாடுகளுக்கு அழைத்து செல்லப்பட்டவர்கள் அந்நாடுகளின் பிரஜைகளாக ஏற்றுக் கொள்ள வேண்டுமென்ற கருத்தை நேரு கொண்டிருந்தார்.

இலங்கை மக்கள் தொகையில் இரண்டாம் இடத்தில் இருந்த பட்டாளி வர்க்கத்தின் கோட்டை உடைக்கப்பட்டது. அதிக எண்ணிக்கையில் மக்கள் வெளியேறுவதால் மலையகத் தமிழர்கள் தங்கள் பலத்தை இழக்கும் நிலை உருவானது. மலையகத்தில் முன்னோடியாய் இருந்த பலர் வெளியேறுவதால் தற்காலிகமாக அல்லது நீண்ட காலத்திற்கு வெற்றிடத்தை சந்திக்க நேர்ந்தது. இலங்கை மக்கள் தொகையில் இரண்டாம் இடத்தில் இருந்தவர்கள் நான்காம் இடத்திற்குள் தள்ளப்பட்டார்கள். இந்த உடன்படிக்கையால் இதுபோன்ற பெரும் பாதிப்புகளை மலையகம் எதிர்கொண்டது.

1964 அக்டோபர் 30ஆம் நாள் உடன்படிக்கையைப் பற்றி 1964-11-10 அன்று பிரதமர் ஸ்ரீமாவோ பண்டார நாயக்கா அவர்கள் இலங்கை மேலவையில் வெளியிட்ட அறிக்கையில் கூறியிருப்பதாவது:

இந்தியர்கள் எப்போதும் ஒருமித்த ஒரு குழுமமாக வாக்களித்து வருவதால் அவர்களது மனரீதியான பிணைப்பு எவ்வளவு நெருக்கமானது என்பதை தேர்தல் முடிவுகள் காட்டின. இந்தியர்கள் பெரும்பான்மையாகக் காணப்பட்ட தொகுதிகளில் அவர்கள் தங்களது சமூக அமைப்பைச் சேர்ந்தவர்களுள் ஒருவரையே தெரிவு செய்தனர். இதன் மூலம் ஏழு தொகுதிகளில் கண்டியவர்களின் வாக்குரிமை பறிக்கப்பட்டது. தமது சமூக அமைப்பின் அறிவுறுத்தல்களின் பிரகாரம் ஒரு குறிப்பிட்ட சிங்கள வேட்பாளருக்கே வாக்களித்தனர். 13 -14 தொகுதிகளில் இந்தியர்கள் இவ்விதமாகச் செயல்பட்டு பிரதிநிதிகளை தெரிவு செய்தனர். இந்தியர்களின்

ஒருமித்த குழு வாக்களிப்பை ஒவ்வொருவரும் வெற்றிப் பெற காரணமாயிற்று. இவ்வாறாக இலங்கையின் ஐந்திலொரு பங்குத் தொகுதிகளில் ஓர் அந்நிய மக்களின் பாரதூரமான அரசியல் பிரச்சினையொன்றை ஏற்படுத்தியது. (பாராளுமன்ற தொடர் இ.6.14) பிரதமர் ஸ்ரீமாவோ பண்டார நாயக்காவின் மலையகத் தமிழர்களைப் பற்றி குறிப்பிடும் குற்றச் சாட்டுகளை சுருக்கமாக தொகுத்துக் கொள்வோம்.

1. இந்தியர்களிடையே காணப்பட்ட உறுதியான இனரீதியான பிணைப்புகள்.

2. கடந்த ஒரு நூற்றாண்டு காலத்திற்கும் மேலாக சுதேச மக்களுடன் கலந்து வாழ்வதற்கான எந்த அறிகுறியும் இந்த மக்களிடத்தில் காணவில்லை.

3. சிறுபான்மை இனங்களின் எண்ணிக்கை மலையகத் தமிழர்களால் அதிகரிக்கும்.

4. அவர்களின் இன எண்ணிக்கையானது மிகையான அரசியல் அதிகாரங்களுக்கு அவர்கள் உரித்துடையவர்களாக்கும்.

5. இந்தியர்களின் இனரீதியான பிணைப்பு எவ்வளவு நெருக்கமானது என்பதை தேர்தல் முடிவுகள் காட்டின.

6. பெரும்பான்மையாக காணப்பட்ட தொகுதிகளில் தங்கள் இனத்தைச் சேர்ந்த ஒருவரையே தேர்வு செய்தனர்.

7. தமது சமூக அமைப்பின் வேண்டுகோளுக்கிணங்க குறிப்பிட்ட கட்சியின் சிங்கள வேட்பாளருக்கே வாக்களித்தனர்.

8. இந்தியர்களின் வாக்களிப்பால் இடதுசாரிகள் வென்றனர்.

9. ஐந்தில் ஒரு பங்குத் தொகுதிகளில் அந்நியர்கள் தேர்தல் முடிவின் தீர்மான சக்திகளாக இருந்தது கண்டி மாகாணத்தில் பாரதூரமான அரசியல் பிரச்சினையை ஏற்படுத்தியது. 1947 ஆம் ஆண்டு நடைபெற்ற பொதுத் தேர்தலில் மலையகத்தில் இருந்து 7 தமிழ் உறுப்பினர்கள் தெரிவு செய்யப்பட்டார்கள். சில தொகுதிகளில் இடதுசாரிகள் வெற்றி பெற வாக்களித்தார்கள்.

முதலில் கிறிஸ்தவர்களுக்கெதிராக பெருந்தேசியம் எழுந்தது. பின்பு இஸ்லாமியர்களுக்கெதிரான தாக்குதல், மூன்றாவதாக மலையகத் தமிழர்களைச் சிதைத்தது. நான்காவதாக மூத்த தமிழர்களின் உரிமைகள் மறுக்கப்பட்டது. பின் சொந்தக் குடிகளின் ஜனநாயக சக்திகளை ஒடுக்கியது. இறுதியாக நாட்டின் ஜனநாயகம் (அண்மையில்) கேள்விக்குள்ளானது.

# காலாவதியான உடன்படிக்கையும் தீர்வும்

இரு நாட்டுத் தலைவர்களும் செய்து கொண்ட ஸ்ரீமா-சாஸ்திரி; உடன்படிக்கை 1980ஆம் ஆண்டு அமுல்படுத்தி முடிக்கப்பட்டிருக்க வேண்டும். ஆனால், உடன்படிக்கை முழுமையாக அமுல்படுத்தி முடிக்கப்படவில்லை. 1980 ஆம் ஆண்டு வரைக்கும் தாயகம் திரும்ப வேண்டியவர்கள் (இரு உடன்படிக்கைகளின் படி) 6 லட்சமாகும். ஒப்பந்த காலத்தில் விண்ணப்பித்தவர்களின் குடும்பங்களில் உள்ள சிறுவர்கள் மற்றும் அதிகரிக்கும் இனப்பெருக்கமும் இந்த உடன்படிக்கையோடு இணைந்து வரும் என்பது ஒப்பந்தத்தின் விதியாகும். 1984ஆம் ஆண்டு வரை தாயகம் திரும்பியோர் எண்ணிக்கை 4,45,591. இலங்கை அரசு குடியுரிமை வழங்க ஏற்றுக்கொண்ட எண்ணிக்கை 3,75,000 ஆகும். ஆனால், இக்காலப்பகுதியில் 2,36,000 பேர்களுக்கு மட்டுமே இலங்கை குடியுரிமை வழங்கி இருந்தது.

வடக்கு கிழக்கு பகுதிகளில் நிகழ்ந்துகொண்டிருந்த தமிழீழ விடுதலை இயக்கங்களின் ஆயுதப் போராட்டங்களால் இராமேஸ்வரத்துக்கும் தலைமன்னாருக்குமிடையே நடந்த கப்பல் சேவை நிறுத்தப்பட்டது. அன்றைய காலம் வரையும் இந்திய கடவுச் சீட்டு பெற்றிருந்த 80,000 பேர்கள் இலங்கையிலேயே தங்கி இருக்கும் சூழ்நிலை உருவானது. எந்த நாட்டுக்கும் விண்ணப்பிக்காமலிருந்தோர் எண்ணிக்கை 94,000 ஆகும். இலங்கை குடியுரிமைக்கு விண்ணப்பித்து கொண்டு வந்த குடியுரிமை வழங்கும் சட்ட திருத்த விதிகளின்படி விடுபட்டிருப்பின், 1988ஆம் ஆண்டின் 89ஆம் இலக்க சட்டம் என்ற நிலை முடிவை எட்டியது. யாரும் குடியுரிமை பெறாமல் இருந்தால், மேல்காணும் சட்ட விதிகளின் கீழ் விண்ணப்பித்து குடியுரிமையைப் பெற்றுக் கொள்ள வாய்ப்பளித்தது.

இலங்கை ஆட்சியாளர்களுக்கு இவ்வாறான தாராள மனம் வருவதற்கான புறக்காரணங்களும், அதே வேளை தேவைகளும் இருந்தன. வடக்கு கிழக்கில் தமிழ் ஈழ

விடுதலை இயக்கங்களின் தீவிர தாக்குதல்களும் தென்பகுதியில் ஜனத்தா விமுக்கி பெரமுன இயக்கத்தின் ஆயுதமேந்திய தாக்குதலும் நடைபெற்றுக் கொண்டிருந்தன. 1989இல் நடைபெற்ற சனாதிபதி தேர்தலில் ஐக்கிய தேசிய கட்சியின் சனாதிபதி வேட்பாளராக திரு. பிரேமதாசா அவர்கள் தெரிவாகி இருந்தார்.

மலையக மக்களின் வாக்குகள் தனக்கு சாதகமாக அமைய வேண்டும் என்ற உள்நோக்கத்தோடு பிரேமதாசா செயல்பட்டார். அதேவேளை 1985இல் இலங்கை அரசு ஈழ விடுதலை அமைப்புகளுடன் திம்புவில் நடத்திய பேச்சு வார்த்தையின் போது நாடற்றவர்கள் சம்பந்தமாக தமிழ்ப் போராளி அமைப்புகளால் பிரஜா உரிமை வழங்கவேண்டுமென்ற கோரிக்கை முன்வைக்கப்பட்டது. இதையும் கணக்கில் கொண்ட அரசு மலையக மக்கள் ஆயுதப் போராட்ட இயக்கங்களுக்கு ஆதரவு நிலையை எடுத்து விடக்கூடாது என்று அரசு எண்ணியதும் மற்றொரு காரணமாகும். இவர்களின் ஆதரவை பெறும் வகையிலும் குடியுரிமை வழங்கும் சட்டத்திருத்த மசோதா அன்றைய பிரதமர் பிரேமதாசாவால் நிறைவேற்றப்பட்டது.

# ஒப்பந்தங்கள் அமலாக்கம்

ஸ்ரீமாவோ-சாஸ்திரி ஒப்பந்தம் 1967ஆம் ஆண்டு வரை நடைமுறைப்படுத்தப்படவில்லை. எனினும் இலங்கை இந்திய பாகிஸ்தானிய பிரஜா உரிமை சட்டப்படி கடவுச் சீட்டு பெற்று சிலர் இந்தியா திரும்பிச் சென்றனர்.

ஒப்பந்தங்கள் ஏற்பட்டு இருப்பினும் பெரும்பான்மை மலையக மக்கள் இலங்கையில் வாழவே விரும்பினர். 1968ஆம் ஆண்டு இந்திய அரசாங்கம் ஒப்பந்தப்படி நாடு திரும்புவர்களுக்கு மறு வாழ்வு திட்டங்களை அறிவித்தது. இது இலங்கையில் பத்திரிகையில் பிரசுரிக்கப்பட்டு விளம்பரம் செய்யப்பட்டது. இதன் பிறகும் இந்தியா செல்ல இம்மக்கள் அதிகம் அக்கறை காட்டவில்லை.

ஒப்பந்தப்படி 8 ஆயிரம் நபர்கள் இலங்கையிலேயே வாழ விண்ணப்பித்தனர். ஆனால், இலங்கை அரசாங்கம் பல்வேறு காரணங்கள் காட்டி அவற்றை நிராகரித்தது.

6 ஆண்டுகளில் சுமார் 8,723 நபர்கள் மட்டுமே இந்தியா சென்றனர். ஆகவே இம்மக்களை இலங்கையை விட்டு வேகமாக விரட்ட முயற்சி எடுக்கப்பட்டது.

திட்டமிட்டு 1971ஆம் ஆண்டு கட்டாய வேலைக்கு உட்படுத்தப்பட்டு ஒருநாள் கூலியை அரசாங்கம் பெற நிர்ப்பந்திக்கப்பட்டன. 1972இல் தோட்டங்களை தேசியமயமாக்கல் என்ற போர்வையில் சிங்கள விவசாயிகளுக்கு பிரித்து கொடுக்கப்பட்டது. நிர்வாகத்திலும் சிங்களவர்கள் நியமிக்கப்பட்டனர். இதனால் தொழிலாளர்கள் பாதிக்கப்பட்டனர்.

# தேசியமயம்

1972-75 ஆம் ஆண்டுகளில் இரப்பர் மற்றும் தேயிலைத் தோட்டங்கள் அரசுடைமையாக்கப்பட்டதை மலையக மக்கள் நூறு விழுக்காடு வரவேற்றனர். நூற்றி ஐம்பது ஆண்டுகளுக்கு மேலாக தோட்ட நிர்வாகங்களின் அடக்கு முறைகளில் இருந்து விடுபடவும் நிர்வாக அதிகாரம் மக்கள் மயமாக்கப்படும் என ஆட்சியாளர்களின் பரப்புரையால் உருவாகி இருந்த எதிர்பார்ப்புமே வரவேற்புக்கான காரணங்களாகும்.

மக்களின் ஆரவாரத்துக்கிடையில் தோட்டங்களை அரசு பொறுப்பேற்றது. முந்தைய நிர்வாகத்தில் பணியாற்றிய துரைமார்கள் பலர் வெளியேற்றப்பட்டனர். இதைக் கண்டு மக்கள் மகிழ்ச்சி அடைந்தனர். ஆனால், மகிழ்ச்சியின் காலம் மறைவதற்குள் புதிய துரைமார்கள் பழைய இருக்கைகளில் அமர்ந்தார்கள். புதிய நிர்வாகத்தால் புதிய பிரச்சினைகள் எழத்தொடங்கின.

ஒன்றரை நூற்றாண்டுகளுக்கும் மேலாக தோட்ட தொழிலாளர்களுடன் தொடர்ந்து வரும் கீழ்நிலை ஊழியர்களாகப் பணியாற்றிய மற்றும் கங்காணி, கணக்குப் பிள்ளை மற்றும் தமிழ் எழுத்தர்கள் போன்றவர்கள் முன்னறிவிப்பு ஏதுமின்றி நீக்கப்பட்டார்கள். இப்பணியைப் பற்றி முன் அனுபவம் சிறிதளவும் இல்லாத சிங்கள இளைஞர்களால் இப்பணியிடங்கள் நிரப்பப்பட்டன.

தோட்டங்கள் தேச உடமையாக்கப்பட்டதற்கு பின் தங்களது வாழ்க்கையில் நல்ல மாற்றங்கள் நிகழும் என எதிர்பார்த்திருந்த மக்களிடம் அதிருப்தியையும் அச்சத்தையும் உருவாக்கியது. தோட்டத்தில் பணியாற்றிய கீழ் நிலை ஊழியர்களின் வெளியேற்றத்தோடு பேரினவாதம் திருப்தியடையவில்லை. நூற்றி ஐம்பது ஆண்டுகளுக்கு மேலாக தங்களது முன்னோர்களின் வியர்வையிலும் குருதியிலும் உருவாக்கப்பட்ட இந்நிலங்கள் தங்களுக்கே உரித்துடைய நிலப்பகுதி என்று எண்ணி வாழ்ந்த இவர்களிடம் உண்மைகள் இருந்தன. தங்களின் சொந்த உறவுகள் பல்லாயிரக்கணக்கானவர்களை காப்பி, தேயிலை,

இரப்பர் வேர்களுக்கு உரமாக்கி இம்மலைப் பகுதிகளை செல்வம் குவிக்கும் நிலமாக மாற்றிய இவர்களுக்கு குறைந்தபட்சமான ஆசை தோன்றுவதில் வியப்பில்லை. தோன்றிய எண்ணங்கள் காற்றில் கரைவதற்குள் அரசு மேற்கொண்ட நடவடிக்கைகள் இவர்களின் வாழ்வுக்கான இருப்பையும் தகர்த்தெறிந்தன.

அரசு உடைமையாக்கப்பட்ட 419,101 ஹெக்டர் நிலத்தில் 45,000 ஹெக்டர் நிலம் சிங்கள விவசாயிகளுக்கு முதல் கட்டமாக பங்கிடப்பட்டது. தோட்டங்களில் பணி செய்து வந்த தோட்டத் தொழிலாளர்களின் தொழில் பாதுகாப்பு வாழ்வாதாரம் குடியிருப்பு போன்றவைகள் பற்றி எந்த ஒரு உத்தரவாதமோ முன்னறிவிப்போ இன்றி தோட்டங்கள் துண்டாக்கும் நடவடிக்கையை அரசு மேற்கொண்டது. நிலப்பங்கீடு தொடங்குவதற்கு முன்பே தோட்டங்களை அருகில் உள்ள கிராமத்தவர்கள் சிலர் தோட்டங்களுக்குள் புகுந்து தொழிலாளர்களை தாக்கத் தொடங்கினார்கள். பின்பு குடியிருப்புகளில் குடியிருந்தவர்களை பலவந்தமாக வெளியேற்றினார்கள்.

நாட்டின் பொருளாதாரத்தின் முதுகெலும்பாக இருந்தவர்கள் நிர்க்கதியாக்கப்பட்டு தெருக்களில் நிற்கும் அவல நிலைக்குத் தள்ளப்பட்டார்கள். கிராமத்தவர் சிலரின் அடாவடித்தனத்துக்கு காவல்துறை உடந்தையானது. 1976 ஆம் ஆண்டு கண்டி பிரதேசத்துக்கு உட்பட்ட கம்பளைக்கு அருகில் உள்ள சங்குவாரி டெல்டா தோட்டங்கள் தாக்கப்பட்டு அவர்களின் குடியிருப்புகள் தீ வைக்கப்பட்டன. கண்டி பகுதிகளில் தொடர்ந்து, துண்டாடல் நுவரெலியா மாவட்டத்திற்கும் விரிவுபடுத்தப்பட்டது.

மலையக மக்கள் அதிக எண்ணிக்கையைக் கொண்ட நுவரெலியா மாவட்டத்திற்குட்பட்ட டெவன் தோட்டத்தை துண்டாட 1977ஆம் ஆண்டு காவல் படை சகிதம் அரசுத் துறையினர் தோட்டங்களுக்குள் புகுந்தனர். அரசின் இச்செயலை கண்டித்து அக்கம் பக்கங்களில் உள்ள தோட்ட தொழிலாளர்களும் போராட்டத்தில் இணைந்து கொண்டால் போராட்டம் வலுவடைந்தது. போராட்டத்தை

ஒடுக்க காவல் படையைக் கொண்டு மோதலை அரசு உருவாக்கியது. பல்லாண்டு காலம் தொடரும் தங்களின் இருப்பை தக்க வைத்துக்கொள்ள மிக ஆவேசத்தோடு வெடித்தெழுந்த இப்போராட்டத்தில் சிவனுலெட்சுமணன் என்ற இளைஞர் காவல்துறையின் துப்பாக்கிச் சூட்டில் வீர மரணத்தை தழுவினான்.

தோட்டங்கள் தேசியமயம் என்று சொல்லப்பட்ட போதிலும் நடைமுறையில் சிங்களமயமாக்கப்பட்டதே எதார்த்தமாகும். தோட்டங்கள் அரசுடமை என்பது தொலைநோக்கு கண்ணோட்டத்தைக் கொண்டு எடுக்கப்பட்டதல்ல. நிர்வாக செயல்பாடுகளை அமல்படுத்தும் வகையில் திட்டமிடல் உருவாக்கப்படவில்லை. போதிய அனுபவம் வாய்ந்த நிர்வாகம் இல்லாமையால் தோட்டங்கள் பல்வேறு நெருக்கடிகளையும் இழப்பையும் சந்தித்தன. திறனற்ற நிர்வாகத்தால் ரூ.5,000 கோடியை நாடு இழக்க நேரிட்டது. அரசின் கீழ் இயங்கிய பெருந்தோட்ட கூட்டு ஸ்தாபனம். பெருந்தோட்ட அபிவிருத்தி சபை போன்ற நிறுவனங்களில் அதிகார விதி மீறலும், ஊழலும் மலிந்து விட்ட நிலையால் அரசு கையகப்படுத்திய தோட்டங்கள் மீண்டும் 1992ஆம் ஆண்டு ஜூலை மாதம் தனியாருக்கு குத்தகைக்கு விடப்பட்டது.

# இன வன்முறைக்கு மலையகம்

1956இல் சிங்கள ஆட்சி மொழி சட்டத்தை அரசு கொண்டு வந்ததைத் தொடர்ந்து 1958ஆம் ஆண்டு நடைபெற்ற வன்முறையில் ஆயிரக்கணக்கான தமிழர்கள் பாதிக்கப்பட்டார்கள். பலர் படுகொலையானார்கள். இக்கலவரத்தில் அட்டன் கொட்டியாகலையில் இரண்டு மலையகத் தமிழ் இளைஞர்கள் இராணுவத்தால் சுட்டுக் கொல்லப்பட்டனர்.

ஜே.ஆர். ஜெயவர்த்தன அவர்கள் ஆட்சிக்கு வந்த ஒரு மாதத்திலேயே இன வன்முறை உருவானது.

1977 ஆகஸ்ட் 16ஆம் நாள் யாழ்ப்பாணத்தில் உள்ள சென்பெட்ரிக்ஸ் கல்லூரியில் நடைபெற்ற விளையாட்டு நிகழ்ச்சியின் போது கல்லூரி மாணவர்களுக்கும் காவல்துறையினர்களுக்கும் இடையே நடைபெற்ற சிறு மோதலை தமிழர் சிங்களவர் மோதலாக மாற்றிய காவல்துறை நாடு முழுவதும் உள்ள தமிழர்களை தாக்கும் வகையில் பரப்புரையை மேற்கொண்டது.

போரினவாதத்தின் வரலாறு வன்முறை வரலாறாக வடிவெடுத்து வந்துள்ளது. இவ்வரலாற்றை முன்னெடுக்கும் அரசியல் கட்சிகள் முதல் வரிசையிலும் பௌத்த துறவிகள், அரசு இயந்திரம் ஆகியவைகள் இரண்டாம் மூன்றாம் நிலையிலுமாக செயல்பட்டு வந்துள்ளன.

1956-58 காலங்களில் எரியத் தொடங்கிய இனத்தீயின் கனல் அரசுத்துறைகளிலும் சிங்கள பொதுமக்கள் மத்தியிலும் அணையாமல் காத்து வந்ததில் அரசியல் கட்சிகளான ஐக்கிய தேசியக் கட்சி மற்றும் ஸ்ரீலங்கா சுதந்திரக் கட்சிக்கும், ஜனத்தா விமுக்தி பெரமுன ஆகியவற்றிற்கும் பெரும் பங்குண்டு. இன வன்மத்தை ஊட்டும் பரப்புரையால் மலையகத் தமிழர்கள் தொடர்ந்து தாக்கப்பட்டார்கள். மலையக நகரங்கள் சூறையாடப்பட்டன. இரண்டு நாட்கள் நீடித்த தாக்குதலுக்குப் பின் வன்முறை தொடர்பாக நாட்டுமக்களுக்கு இலங்கை வானொலியில் உரையாற்றி ஜெ.ஆர்.ஜனவர்த்தன

"யுத்தமென்றால் யுத்தம், சமாதானம் என்றால் சமாதானம்," என கூளுரைத்தார். பெரும்பான்மையினம் ஏனைய தேசிய இனங்களின் மீது காவல் துறையின் துணைகொண்டு தாக்குதலை தொடுத்துள்ளதைப் பற்றி கண்டுகொள்ளாத ஜே.ஆர் ஜயவர்த்தன அவர்கள் தமிழ்த் தேசிய இனத்தை நோக்கி இறுமாப்புடன் சவால் விட்டு வன்முறையை ஊக்குவித்தார்.

1977ஆம் ஆண்டு நிகழ்ந்த வன்முறை தாக்குதல்களால் நகரங்கள் தோட்டங்கள் மற்றும் கிராமங்களைச் சேர்ந்த மலையகத் தமிழர்கள் கடுமையாக பாதிக்கப்பட்டு அகதிகளானார்கள். அரசுத் துறைகளில் பணியாற்றி வந்த இலங்கை தமிழர்களும் வணிகர்களும் தாக்குதலுக்குள்ளாகி அகதிகளானார்கள்.

நூறு ஆண்டுகளுக்கு மேலாக சிங்களவர்களோடு கிராமங்களில் இணைந்து வாழ்ந்த இந்திய வம்சாவளித் தமிழர்கள் அக்கிரமங்களிலிருந்து வெளியேற நிர்ப்பந்திக்கப்பட்டார்கள். இந்தச் சூழலில் தமிழர் ஐக்கிய விடுதலை முன்னணி மலையகத் தமிழர்களை வடக்கு கிழக்கு மாகாணங்களில் குடியேற அழைப்பு விடுத்தது. திக்கற்ற நிலையில் இருந்தவர்களுக்கு இது நம்பிக்கை தரும் வகையில் இருந்தால் வடக்கு கிழக்கை நோக்கி பாதுகாப்பான வாழ்க்கையை அமைத்துக்கொள்ள மலையகத்தில் பாதிக்கப்பட்ட இடங்களில் இருந்து குறைந்த எண்ணிக்கையில் செல்லத் தொடங்கினார்கள்.

# 1977ஆம் ஆண்டு பொதுத் தேர்தல்

1947ஆம் ஆண்டு மலையகம் சந்தித்த பொதுத் தேர்தலுக்குப் பின்பு 1977 ஆம் ஆண்டு நாடாளுமன்றத்திற்கு ஒரு தமிழ் உறுப்பினரை தெரிவு செய்யும் வாய்ப்பை மலையகத் தமிழர்கள் பெற்றார்கள். அதிக எண்ணிக்கையில் வாழும் நுவரெலியா மாவட்டத்திலிருந்து நாடாளுமன்றத்துக்கு மூன்று உறுப்பினர்கள் தெரிவு செய்யப்பட்டார்கள். திரு.தொண்டமான் அவர்கள் இத்தேர்தலில் நுவரெலியா மாவட்டத்திலிருந்து மூன்றாவது நாடாளுமன்ற உறுப்பினராக தெரிவானார்.

1981ஆம் ஆண்டில் மாவட்ட அபிவிருத்தி சபை தேர்தலில் தமிழர் விடுதலை கூட்டணியும் ஐக்கிய தேசிய கட்சியும் யாழ் மாவட்டத்தில் போட்டியிட்டன. இத்தேர்தலை மேற்பார்வையிட ஜனாதிபதியின் வேண்டுகோளுக்கிணங்க காமினிதிசாநாய்க, சிறில் மெத்திவ் ஆகிய இரு அமைச்சர்கள் யாழ்ப்பாணம் சென்றனர். தேர்தல் முடிவு ஆளும் ஐக்கிய தேசிய கட்சிக்கு பெருந்தோல்வியைத் தந்தது. ஐக்கிய தேசிய கட்சியின் வேட்பாளர் உட்பட மற்றும் சிலர் தமிழ்ப் போராளிகளால் சுட்டுக் கொல்லப்பட்டார்கள். இந்நிகழ்விற்குப் பின் யாழ்ப்பாண நகர் முழுவதும் காவல்துறை வன்முறையில் ஈடுபட்டது. ஈழநாடு பத்திரிகையின் அச்சகம் அதன் அலுவலகம் ஆயிரத்திற்கும் மேற்பட்ட வணிக நிறுவனங்கள், யாழ் சந்தை, வீடுகள், மோட்டார் வண்டிகள் என அனைத்தையும் எரித்தனர். இவர்களின் இனவெறி எல்லை இன்றி சென்றது. தமிழர்களின் வரலாற்று சான்றுகளையும் அறிவுக் களஞ்சியங்களையும் இரு அமைச்சர் பெருமக்களின் துணையோடு (1981 ஜூன் மாதம்) தொண்ணூற்று ஐந்தாயிரம் நூல்களையும், ஓலைச்சுவடிகளையும் கொண்ட யாழ் நூலகத்தையும் தீக்கிரையாக்கினார்கள்.

ஆகஸ்ட் மாதம் தொடக்கப் பகுதியில் நாடாளுமன்ற உறுப்பினர் நெவில் பெர்னாண்டோ நாடாளுமன்றத்தில் நிகழ்த்திய உரை இனவெறியை தூண்டியது. இவரது உரைக்குப் பின் மலையகத்தில் வன்முறை தொடங்கின.

இரத்தினபுரி மாவட்டத்தில் தமிழர்கள்மீது வன்முறை தாக்குதல் தொடங்கின. 12.08.1981இல் தொடங்கிய வன்முறை 14 ஆம் தேதி வரை தொடர்ந்து நாடாளுமன்ற உறுப்பினர் திரு. புஞ்சினிலமே தலைமையில் தாக்குதல்கள் நடைபெற்றன. இரத்தினபுரி, பெசல்மதுல, காவத்தை, கொடியதென்ன, றக்குவான, பலாங்கொட, ரில்லேன, மாதெம்ப போன்ற தோட்ட லயங்களும் தாக்குதலுக்குள்ளாயின.

தோட்டத் தொழிலாளர்களின் குடியிருப்புகளான 37 லயன்கள் தீக்கிரையாக்கப்பட்டன. 114 கடைகள் தீக்கு இரையானது. 100க்கும் மேற்பட்ட கடைகள் கொள்ளையடிக்கப்பட்டன. பெண்கள் பலர் மானபங்கப்படுத்தப்பட்டனர். ஐம்பதாயிரத்திற்கும் மேற்பட்டோர் அகதிகளாக்கப்பட்டார்கள். பலர் காயப்படுத்தப்பட்டார்கள்.

இதேபோல் எட்டியந்தோட்டப் பகுதியில் உள்ள தோட்டத் தொழிலாளர்கள் மீதும் தாக்குதல் தொடுக்கப்பட்டன.

அமைச்சர் சிறில் மெத்திவ் தலைமையில் இயங்கும் சிங்கள மாஜன பெரமுன (சிங்கள மக்கள் ஐக்கிய முன்னணி) என்ற அமைப்பில் பௌத்த துறவிகளின் பங்களிப்பு அதிக அளவில் இருந்ததால் தென்பகுதிகளில் உள்ள பௌத்த மத வழிபாட்டுத் தலங்கள் இனவாத பரப்புரைகளை மேற்கொண்டு வருவதில் கணிசமான பங்கை செலுத்தியது. தமிழர்களுக்கெதிரான துண்டு அறிக்கைகளும் சுவரொட்டிகளும் ஒட்டப்பட்டன. சில துண்டு அறிக்கைகள் அரசின் கட்டுப்பாட்டில் உள்ள அச்சகத்தில் அச்சிடப்பட்டதாகவும் கூறப்பட்டது.

'சிங்களவர்களின் கண்ணுக்குத் தெரியாத பகைவர்கள்' என்ற தலைப்பில் வெளிவந்த துண்டறிக்கையில் இடம் பெற்றுள்ளவைகள் வருமாறு, இந்நாட்டில் பெருந்தோட்டங்களையும் வர்த்தகத்தையும் கட்டுப்படுத்தும் அந்நியர், இந்தியர் ஆகியோரால் சிங்களவருக்கு ஏற்படும் அநியாயத்தை தடுப்பதற்காக அவர்களை இந்த மண்ணிலிருந்தே விரட்டியடிக்க வேண்டும். கொழும்பு மத்திய சந்தையில் (புறக்கோட்டை) நடைபெறும் வியாபாரத்தில் உள்நாட்டுச் சிங்கள வியாபாரிகளுக்கு ஐந்து சதவீதம் கூட சொந்தமில்லை. இந்த வியாபாரம் எல்லாம் இந்திய முதலாளிகள் கையில்

இருந்தது. 1977 ஆம் ஆண்டு வன்முறையால் பாதிக்கப்பட்ட வவுனியாவில் குடியேறிய மலையகத் தமிழர்களின் குடியிருப்புகள் இராணுவத்தால் நிர்மூலமாக்கப்பட்டது. இவர்களை பலவந்தமாக வாகனங்களில் ஏற்றிய இராணுவம், மலையகத்துக்கு கொண்டு வந்து பண்டாரவளையில் முகாமொன்றில் நிறுத்தியது. இவர்கள் அங்கு சித்திரவதைப் படுத்தப்பட்டார்கள். காவலர்களும் போக்கிரிகளும் இணைந்து கொண்டு கடுமையாக தாக்கத் தொடங்கினர். இந்நிகழ்வில் சிலர் கொல்லப்பட்டார்கள்.

இவ்வாறு தடுத்து வைக்கப்பட்டு கொடுமைப்படுத்தி சித்திரவதை செய்யப்பட்டதை விவரிக்கும் ஓர் அறிக்கையை 1983 ஜூலையில் சர்வதேச மன்னிப்பு சபை வெளியிட்டது. ஜனாதிபதி ஜெயவர்த்தன இந்த அறிக்கை கம்யூனிஸ்டுகளின் தூண்டுதலால் வெளியிடப்பட்டதென நிராகரித்தார்.

1983 நிகழ்வின் போது ராஜன் வீல் அவர்களின் அறிக்கையின்படி இறந்தோரின் எண்ணிக்கை 2,000 எட்டியிருக்கும். காயமடைந்தோர் 3,769. கொள்ளை சம்பவங்கள் 3,735. தமிழரின் 3,200 கடைகள் நாசமாக்கப்பட்டிருந்தன. இதற்கு மேலதிகமாக அவர்களின் வீடுகள், வாடகை வீடுகள் ஆயிரக்கணக்கில் தீ வைத்து அழிக்கப்பட்டன. அரசாங்கத்தின் அகதி முகாம்களில் ஒரு லட்சத்திற்கும் அதிகமானோர் தஞ்சமடைந்தனர். தமிழ் மக்கள் அகதிகளாக்கப்பட்டமை அரசாங்கத்தினால் திட்டமிடப்பட்டு செய்யப்பட்ட நடவடிக்கையாகும் என அறிக்கையில் குறிப்பிட்டிருந்தது.

பௌத்த துறவிகளை உள்ளடக்கிய சிங்கள மாஜன பெரமுன போன்ற அமைப்புகளால் வன்முறை தாக்குதல்களை தொடுக்க முன்கூட்டியே திட்டமிட்ட ஒன்றாகும். வடக்கில் நிகழ்ந்த ஒரு சம்பவத்தை காரணமாக்கிக் கொள்வதற்காகவும் கொல்லப்பட்ட இராணுவத்தின் உருத்தெரியாமல் சிதைந்து போன உடல்களை கொழும்பில் அடக்கம் செய்ய கொண்டு வந்தும் கலவரத்தை உண்டு பண்ணும் நோக்கத்திலாகும் 1981இல் இரண்டு காவலர்கள் புளோட் அமைப்பால் சுட்டுக் கொல்லப்பட்டதற்கு யாழ் நகரையும் நூலகத்தையும் எரிப்பதற்கு அமைச்சர்கள் தலைமை ஏற்றார்கள். 13

இராணுவத்தினர் கொல்லப்பட்டதற்கு ஜனாதிபதியின் மொழியில் கூறுவதென்றால் தமிழர்களின் உடைமைகளையும் உயிர்களையும் எரித்து பாடம் கற்பித்ததற்கு ஜெ.ஆர். ஜெயவர்த்தனேயும் அவரது அமைச்சர்களும் தலைமை தாங்கினார்கள்.

1983ஆம் ஆண்டு இன வன்முறை தாக்குதலுக்குப் பின் மலையகத் தமிழர்கள் மீண்டும் சிதறடிக்கப்பட்டார்கள். ஆயிரக்கணக்கானோர் தமிழகத்தில் அகதிகளாக அடைக்கலமானார்கள். தமிழர்கள் மீது தொடுக்கப்பட்ட தாக்குதல் அவர்களின் வாழ்வாதாரத்தையும் இருப்பையும், நிர்மூலமாக்கின. மூவாயிரத்திற்கு மேற்பட்டோர் படுகொலையானார்கள். பெண்கள் பலர் மானபங்கப்படுத்தப்பட்டனர்.

1983 ஜூலை இனக்கலவரத்திற்குச் சிறிது காலத்தின் பின்னர் கூட்டத்தில் உரையாற்றிய திரு.திசாநாயக்க, இந்தியா இந்நாட்டை ஆக்கிரமிக்குமானால் 24 மணி நேரத்தில் தமிழர் எல்லோரும் கொல்லப்படுவார்கள் என்று சூளுரைத்தார். இக்காலத்தில் தமிழர்கள்மீது அடக்கு முறை அதிக அளவில் தொடர்ந்த பொழுது இந்திய அரசு தனது படைகளை அனுப்பி தமிழர்களை பாதுகாக்கும்படி தமிழகத்தில் கோரிக்கை எழுந்தது. இதை மனதில் இருத்தியே காமினி திசாநாயக்கா கடும் சொற்களைப் பயன்படுத்தினார்.

# ராஜீவ் காந்தி – ஜெயவர்த்தன உடன்படிக்கை

1987ஆம் ஆண்டு நடைபெற்ற ராஜீவ் காந்தி-ஜெயவர்த்தன உடன்படிக்கையின் போது இலங்கை மூன்று சவால்களை மிகக் கடுமையாக சந்தித்திருந்தன. ஒன்று வடக்கு கிழக்கில் நடந்துவரும் தனி ஈழக் கோரிக்கையும் ஆயுதப் போராட்டமும், தென்பகுதியில் ஜனத்தா விமுக்தி பெரமுன இயக்கத்தின் ஆயுதப் போராட்டமும், மூன்றாவதாக நாடு எதிர்நோக்கும் பொருளாதார நெருக்கடி, ஆகியவைகளில் சிக்குண்டு இருந்த ஜெ.ஆர்.ஜெயவர்த்தன சிக்கலில் இருந்து விடுபெடுவதற்கு இந்த உடன்படிக்கை பெரும் பங்காற்றியது.

இந்த உடன்படிக்கை தமிழ் தேசிய இன உரிமைகள் சம்பந்தமாக பல்வேறு கருத்துகளும் விமர்சனங்களும் இருந்து வருகின்றன. என்றாலும் இந்த உடன்படிக்கை மூலம் உருவான 13வது திருத்த சட்டத்தின் ஊடாக உருவாக்கப்பட்ட மாகாண சபை முறை மூலம் மலையகத் தமிழரும் பிரதிநிதியை தெரிவு செய்யும் வாய்ப்பை பெற்றனர் என்பது குறிப்பிடத்தக்கது.

இந்திய எதிர்ப்பு சிங்கள நடுத்தரவர்க்கத்தினர் மத்தியில் பல்லாண்டுகளாக தொடர்ந்து வரும் ஒன்றாகும். இதை ஜெ.ஆர். ஜெயவர்த்தன-ராஜீவ்காந்தி உடன்படிக்கை எதார்த்தமாக்கியது. மலையகத் தமிழர்களை இந்தியாவின் ஐந்தாம் படைகளெனவும் இந்திய நில விஸ்தரிப்புவாதிகளின் கைக் கூலிகளெனவும் கடந்த காலங்களில் செய்யப்பட்ட வீண பரப்புரைக்கும் (உண்மை இல்லாவிட்டாலும்) இந்திய அமைதிப் படைகளின் வருகை சான்றானது போன்ற ஒரு தோற்றத்தை உருவாக்கியது.

# பஞ்சமும் மக்களும்

1973ஆம் ஆண்டு பெரும் பஞ்சத்தை இம்மக்கள் சந்தித்தனர். வறுமையின் கோரப்பிடியில் சிக்கி பலர் இறந்தனர். இந்த நிலையில் 1974ஆம் ஆண்டுகளில் இலங்கையில் இருப்பதற்கான கால அவகாசம் முடிந்து விட்டது எனக் கூறி மக்களை பிடித்து இந்தியாவுக்கு வலுக்கட்டாயமாக அனுப்பினர்.

1977, 1981, 1983 ஆகிய ஆண்டுகளில் இனக்கலவரங்கள் உச்சக்கட்டத்தை அடைந்தது. இதில் இந்திய வம்சாவளி மலையகத் தமிழர்கள் தங்களது உயிர் உடைமைகளையும் இழந்ததோடு அகதிகளாக்கப்பட்டனர். சில தோட்டங்களில் தோட்டத் தொழிலாளர்கள் ஒருங்கிணைந்து தமிழர்களை தாக்க வந்த சிங்கள வன்முறையாளர்களை நேருக்கு நேராக சந்தித்து விரட்டியடித்தனர். தொழிலாளர்களின் வீரச் செயல்களைப் பார்த்து பயந்து ஓடினர் சிங்கள வன்முறையாளர்கள். இவர்கள் தோட்டத் தொழிலாளர்களுடன் நேருக்கு நேராக மோத தயங்குவர். இது ஒருபுறமிருக்க இந்த ரவுடிகளின் செயலை பெரும்பான்மை சிங்கள மக்கள் ஒருபோதும் ஆதரிக்கவில்லை. சிங்கள ரவுடிகளின் தாக்குதலிலிருந்து மலையகத் தமிழர்களை பாதுகாப்பதோடு மனிதாபிமான உதவிகளையும் செய்தனர். ஆகவே சிங்கள ரவுடிகளையும் சிங்கள மக்களையும் பிரித்துப் பார்ப்பது அவசியமாகும்.

தமிழர்களை தாக்கிய சிங்கள ரவுடிகள் (மாபியாக்கள்) திட்டமிட்டு சிங்கள இனவாத அரசியல் தலைவர்களால் வளர்த்தெடுக்கப்பட்டவர்களே. இந்த ரவுடிகளும் இனவாத அரசியல் கட்சி தலைவர்களும் மேற்கண்ட சிங்கள மக்களின் அனுதாபங்களை எல்லாம் முறியடித்து இனக்கலவரத்தை கோரத்தாண்டவம் போட செய்தனர்.

1977இல் இனக்கலவரத்தை தூண்டி மிகப்பெரிய அடக்குமுறையை ஏவி விட்டனர். இதன்மூலம் இவர்கள் வீடுகள் (லயன்கள்) அடித்து உடைத்து எரிக்கப்பட்டன. பெண்கள் மானபங்கப்படுத்தப்பட்டு கொல்லப்பட்டனர். உடைமைகளும் கொள்ளையடிக்கப்பட்டது. இந்தக் கலவரம்

1981ஆம் ஆண்டு வரை நீடித்தது. இதில் 40 ஆயிரத்திற்கும் மேற்பட்ட மலையகத் தமிழர்கள் பாதிக்கப்பட்டதோடு இலங்கையில் இனிமேல் வாழவே முடியாது என்ற சூழ்நிலையை திட்டமிட்டு உருவாக்கப்பட்டது.

1981ஆம் ஆண்டு வரை நீடித்தது. இதில் 40 ஆயிரத்திற்கும் மேற்பட்ட மலையகத் தமிழர்கள் பாதிக்கப்பட்டதோடு இலங்கையில் இனிமேல் வாழவே முடியாது என்ற சூழ்நிலையை திட்டமிட்டு உருவாக்கப்பட்டது.

# தாயகம் திரும்பிய தமிழர்களுக்கு இந்தியாவில் கிடைத்த வரவேற்பு

இந்திய அரசாங்கம் இம்மக்கள் வருவதற்காக தலைமன்னாரில் இருந்து இராமேஸ்வரத்துக்கு கப்பல் போக்குவரத்தை செய்திருந்தது. தங்கள் பாரம்பரியமாக பிறந்து வளர்ந்து உழைத்து உதிரத்தை சிந்திய மண்ணில் இருந்து பிரிந்து வரும்போது பட்ட வேதனைகளும் சோதனைகளும் தாங்க முடியாததாகவும், இந்தியா செல்ல முடிவான ஒரு மாத காலத்திற்கு முன்பு தங்களது ரத்த உறவினர்கள், பழகியவர்கள், நெருங்கிய சிங்களவர்களின் வீடுகளில் பிரியாவிடை விருந்து நடைபெறும். சிலருக்கு ஞாபகமாக புதிய ஆடைகளும் பொருட்களும்கூட வாங்கிக் கொடுத்தனர். கடைசியாக அந்த மண்ணை விட்டுப் பிரியும் முதல் நாளன்று தோட்டத்தில் உள்ள நெருக்கமானவர்கள் அனைவரும் ஒன்று சேர்ந்து வழியனுப்பும் நிகழ்வில் ஈடுபடுவர். மறுநாள் காலை தோட்டத்தின் வாகனங்களில் பொருட்கள் ஏற்றப்பட்டு, இவர்கள் அந்த மண்ணை விட்டுப் பிரியும்

போது ஒருவருக்கு ஒருவர் கட்டிப்பிடித்து கதறி வழியனுப்பும் நிகழ்வு எல்லோரையும் கலங்கச் செய்யும். ரயிலுக்கு அழுகை கோச்சி என்பர். பலர் இந்த வாகனத்தில் ரயில் நிலையம் வரை வந்து கதறி அழுது வழியனுப்புவர். இந்த சிலர் தலைமன்னார் கப்பல் துறைமுகத்திற்கே வந்து வழி அனுப்புவர். கப்பல் புறப்பட்டவுடன் இலங்கைக் கரையைப் பார்த்து கண்கலங்கி கையசைத்துப் பிரியும் சோகம் மறக்க முடியாததாகும். கப்பல் நடுக்கடல் அடையும் வரை சோகத்தில் மூழ்கியிருப்பர். இந்தியக் கரைகள் தெரியத் தொடங்கியவுடன் கையெடுத்துக் கும்பிடுவார்கள். இராமேஸ்வரம் கோயில் கோபுரம் முதலில் கண்ணில் பட்ட உடன் தாங்கள் இலங்கையில் பட்ட துயரங்கள் அனைத்தையும் மறந்து புதிய நம்பிக்கை அசை போட ஆரம்பிக்கும். "தாய் நாடு" என்ற எண்ணம் தங்கள் உடல் முழுவதும் பரவி மனதில் பெரும் மகிழ்ச்சி ஏற்பட்டு கற்பனைகள் முடிவதற்குள் இராமேஸ்வரம் கரையை கப்பல் அடைந்து விடும்.

இராமேஸ்வரம் துறைமுகத்தில் இவர்களை வரவேற்க ஒரு குழு காத்திருக்கும். இது வரவேற்க அல்ல. ஏமாற்றுவதற்கும், அவர்களிடம் உள்ள பொருட்களை மிரட்டி கொள்ளை அடிப்பதற்கும் என்பது பின்புதான் தெரிய வரும். இராமேஸ்வரத்தில் இம்மக்கள் முதலில் சந்தித்த அனுபவங்கள் அதிர்ச்சியை ஏற்படுத்தியது. அதிகாரிகளின் தரக்குறைவான, மரியாதை இல்லாத பேச்சுகள். இவர்கள் கொண்டுவந்த பொருட்களை சோதனை என்ற பெயரில் சுங்கத்துறையினர் செய்த கெடுபிடிகள் மற்றும் சோப்பு, தேங்காய் எண்ணெய், ஏலம், கிராம்பு, டேப் ரெக்காடுகள் மிரட்டப்பட்டு குறைந்த விலைக்கு அபகரித்துக் கொண்டனர். இவர்களுக்கு முதலில் வழங்கிய தேநீரும் உணவும்கூட கலங்கிய தண்ணீரைப் போலவே இருந்தது. இதனைத் தொடர்ந்து ரயில் மூலம் மண்டபம் முகாமுக்கு கொண்டு வந்து தங்க வைக்கப்பட்டனர். மண்டபம் முகாமில் பல பிரச்சினைகளையும் வேதனைகளையும் மக்கள் அனுபவித்தனர். இங்கு சுகாதார வசதிகள் மறுக்கப்பட்டதோடு அதிகாரிகள் இம்மக்களை தங்கள் இஷ்டத்துக்கு நடத்தி

பெரும் கெடுபிடிகளை செய்தனர். மனிதர்களாக கூட மதிக்க படாமல் பெரும் துயரத்தை இம்மக்களுக்கு கொடுத்தனர். மறுவாழ்வுத் திட்டங்கள் என்ற பெயரில் இம்மக்கள் ஏமாற்றப்பட்டு பூர்வீக கிராமங்களுக்கும், நீலகிரி, வால்பாறை, கன்னியாகுமரி மற்றும் கேரளா, ஆந்திரா, கர்நாடகா போன்ற மாநிலங்களுக்கும் அனுப்பப்பட்டனர்.

இலங்கையில் இருந்து 10,000 ரூபாய்க்கு மேல் கொண்டு வருபவர்களுக்கு மறுவாழ்வுத் திட்டங்கள் வழங்கப்படவில்லை. இதேபோல் 5 ஆயிரம் ரூபாய்க்கு மேல் வைத்திருப்பவர்களுக்கு, முகாமில் எந்த சலுகைகளும் வழங்கப்படுவதில்லை. இதற்கு கீழ் உள்ளவர்களுக்கு மட்டுமே ஒரு சில உதவிகள் வழங்கப்பட்டன.

இலங்கையில் 1978 இனக் கலவரத்திற்குப் பிறகு இந்தியா வருவோரின் எண்ணிக்கை அதிகரித்தது. மண்டபம் முகாமில் மக்கள் வந்து குவிந்ததால், திருச்சி கொட்டப்பட்டு முகாமுக்கும், கும்மிடிப்பூண்டின் முகாமுக்கும் அனுப்பப்பட்டனர். இம்மக்கள் வருகைக்கு ஏற்ப இந்தியாவில் மறுவாழ்வு உதவிகள் செய்யப்படவில்லை. மக்கள் நொந்து போய் முகாம்களில் போராட்டம் நடத்த வேண்டிய சூழலுக்குத் தள்ளப்பட்டனர். தமிழகத்தின் அரசியல் கட்சிகளோ, தலைவர்களோ இம்மக்களை திரும்பிக் கூட பார்க்கவில்லை. முகாம்களில் இம்மக்களுடைய மனநிலைப் பாதிக்கப்பட்டு எதிர்கால வாழ்க்கை பற்றிய நம்பிக்கைகளை இழந்தனர்.

# தாயகம் திரும்பியோர் நிலை

1966ஆம் ஆண்டு முதல் 1984ஆம் ஆண்டு வரை தாயகம் திரும்பியோரின் எண்ணிக்கை 4,45,519 பேர்களாகும். இவர்களுக்கு மத்திய அரசு வழங்கிய புனர்வாழ்வு பின்வருமாறு உள்ளது.

அரசு தேயிலைத் தோட்டக்கழகத்தில் 2,445 குடும்பங்கள், இரப்பர் தோட்டத்தில் 225 குடும்பங்கள், சிங்கோனா 125 குடும்பங்கள், கூட்டுறவு நெசவு நூற்பாலையில் 3,942 குடும்பங்கள், ரெப்கோ வங்கி மூலம் 4,818 குடும்பங்கள், சுயவேலைவாய்ப்பில் 562 குடும்பங்கள், பிற மாநிலங்களில் 4,639 குடும்பங்கள், வியாபாரக் கடன் மூலம் 77,445 குடும்பங்கள். மத்திய மற்றும் மாநில அரசுகளின் புனர்வாழ்வு வணிக கடன் உதவியோடு தமிழகத்தின் பல்வேறு மாவட்டங்களில் குடியேறிவர்களும் அரசு தேயிலைத் தோட்டக்கழகம் உட்பட அரசு தொழில் துறை நிறுவனங்களில் பணியாற்ற சென்றவர்கள் பிற மாநிலங்களில் உள்ள அரசு நூல் நூற்பு ஆலைகளுக்கும் இரப்பர், காப்பி தோட்டங்களுக்கும் அனுப்பப்பட்டார்கள். இவர்களின் இன்றைய நிலை மிகவும் மோசமான நிலையிலேயே உள்ளது.

தாயகம் திரும்பியவர்களுக்கு தொழில் வழங்க (ரெப்கோ) தாயகம் திரும்பியோர் கூட்டுறவு வங்கி மூலமாக கடன் பெற்று தனியார் நிறுவனங்கள் தொழில் தொடங்கின. தொழில் வழங்கிய தனியார் நிறுவனங்கள் சில ஆண்டுகளிலேயே நஷ்டத்தில் இயங்குவதாக கூறி நிறுவனங்களை மூடிவிட்டனர். இதில் பணியாற்றிய நூற்றுக்கணக்கான தொழிலாளர்கள் பணியை இழந்தனர். இதனால் இவர்கள் பெரும் நெருக்கடிகளை எதிர்நோக்கினர். ஆனால் பிரச்சினைகள் இன்றுவரை தீர்வு இன்றி தொடர்கிறது. ஆந்திர மாநிலத்துக்கு சென்று நூற்பாலைகளில் பணியாற்றியவர்களும் பல்வேறு நெருக்கடிகளை சந்தித்தனர்.

பல்வேறு மறுவாழ்வு திட்டங்களை அரசு அறிவித்து இருந்தபோதும் பெரும்பான்மை மக்களுக்கு வியாபார

கடன் மட்டுமே வழங்கப்பட்டது. அதுவும் வெறும் 3,000 மட்டுமே. வியாபாரமே தெரியாத இம்மக்கள் இந்த பணத்தை வைத்து எப்படி வியாபாரம் செய்வார்கள்? இந்த பணமும் முகாமிலேயே தீர்ந்துவிட்டது. இவர்களுக்கும் வியாபாரத்திற்கும் எந்த சம்பந்தமும் இல்லை. தமிழகம் மற்றும் பிற மாநிலங்களில் அலைக்கழிக்கப்பட்டு மீண்டும் உயிர் உடைமைகளையும், உறவுகளையும் இழந்து பல்வேறு சோதனைக்கு உள்ளாக்கப்பட்டனர். கூட்டுறவு தொழிற்சாலைகளில் வேலை, தனியார் தொழிற்சாலைகளில் வேலை எனக் கூறி இம்மக்களுக்காக இந்திய அரசு ஒதுக்கிய பணங்களை, அதிகாரிகளின் ஒத்துழைப்போடு சில தனியார்கள் பெற்று கொள்ளை லாபம் அடைந்தனர். இதேபோல் இவர்களுக்கு வீடு கட்ட அரசு ஒதுக்கிய நிதியை, வீடு கட்டித் தருகிறோம் என்று கூறி இடைத்தரகர்கள் பணத்தை கொள்ளையடித்தனர். இம்மக்களின் மறுவாழ்வுக்கு மத்திய அரசில் நிதி பெற்று தாயகம் திரும்பியோர் கூட்டுறவு வங்கி (Repatriate Cooperative Bank -REPCO Bank) ஏற்படுத்தப்பட்டது. இந்த வங்கியாலும் பெரும்பாலும் எந்த பயனும் இல்லை. மத்திய அரசின் உள்துறை அமைச்சகத்தின் கீழ் செயல்படும் இந்திய அரசின் நிறுவனமான தாயகம் திரும்பியோர் கூட்டுறவு வங்கி (ரெப்கோ) ரூ.15,000 கோடி வர்த்தகத்தை கடந்துள்ளது. தொடர்ந்து லாபம் ஈட்டும் வங்கியாக உள்ளது. (தினகரன் 23/3/2019)

நீலகிரி, வால்பாறை, கன்னியாகுமரி, கேரளாவில் (புனலூர்) மற்றும் கர்நாடகாவில் சில பகுதிகளில் தேயிலை மற்றும் இரப்பர் தோட்டங்கள் அமைக்கப்பட்டு இம்மக்களுக்கு வேலை வாய்ப்பு வழங்கப்பட்டது. இதன் மூலம் 2,642 குடும்பங்கள் குடியமர்த்தப்பட்டனர். பெருந்தோட்டங்களை உருவாக்கும் பணியில் இம்மக்களை ஈடுபடுத்தினர்.

2,161 குடும்பங்கள் 'விவசாய நிலக்காலனி திட்டம்' என்ற பெயரில் குடியமர்த்தப்பட்டனர். இத்திட்டம் திருநெல்வேலி, இராமநாதபுரம், புதுக்கோட்டை, திருச்சி, வட ஆற்காடு ஆகிய கடும் வறட்சி ஏற்பட்ட பகுதிகள் ஒதுக்கப்பட்டன. இந்த இடங்கள் விவசாயத்திற்கு ஏற்ற நிலம் இல்லை

என்று கிராம மக்களால் கைவிடப்பட்டதாகும். இங்கு தாயகம் திரும்பிய தமிழர்கள் உண்ண உணவு இல்லாமலும் குடிக்க தண்ணீர் இல்லாமலும் குடும்பத்துடன் படும் துயரங்களை அனுபவித்தனர். வயிற்றுக் கடுப்பு போன்ற நோய்களுக்கு உள்ளாகி படு மோசமாக பாதிக்கப்பட்டனர். 2,176 குடும்பங்களில் செய்த ஆய்வில் 637 நபர்கள் இறந்து போயினர்.

பல குடும்பங்கள் பூர்வீக கிராமங்களில் உள்ள சொந்தங்களை தேடிச் சென்றார்கள். உறவினர்களிடமிருந்து எதிர்பார்த்த ஆதரவு கிடைக்கவில்லை. இந்த நிலை லட்சக்கணக்கான மக்களுக்கு ஏற்பட்டு தங்களது எதிர்கால வாழ்வு சீரழிந்து தெருத் தெருவாக அலைந்து கடைசியில் கலங்கிப் போய்விட்டனர்.

தமிழ்நாடு மற்றும் இதர மாநிலங்களில் மறுவாழ்வு திட்டத்தால் எந்த பயனும் பெறமுடியாத ஏமாற்றப்பட்ட மக்கள் பிழைப்புத் தேடி கொடைக்கானலுக்குச் சென்றனர். அங்கு விஸ்கோஸ் கம்பெனிக்காக பயிரிடப்பட்ட அக்கேசியா யூக்கலிப்டஸ் மரங்களை வெட்டும் பணியில் பல வருடங்களாக வேலைக்கு அமர்த்தப்பட்டனர். இம்மக்கள் கொத்தடிமைகளாக பல ஆண்டுகள் அங்கே உழைத்தனர். இம்மக்களின் நிலையைக் கண்ட உயர்திரு குர்நிகால் சிங் என்ற உதவி மாவட்ட ஆட்சியரும் ஒரு சில சமூக - செயல்பாட்டாளர்களும் இணைந்து இம்மக்களை மீட்ட சம்பவம் மறக்க முடியாததாகும்.

நீலகிரி, கொடைக்கானல், வால்பாறை, கன்னியாகுமரி ஏற்காடு போன்ற மலைப்பகுதிக்கு சென்றவர்கள் தாம் இலங்கையில் வாழ்ந்த மலையகம் போல் உள்ளது என்றனர். இங்கு தேயிலை, காப்பி, இரப்பர் தோட்டங்கள் உண்டு என்றனர். ஆகவே, மலைகளை நோக்கி பல குடும்பங்கள் பயணம் செய்யத் தொடங்கினார். இதில் பெரும் பகுதியினர் நீலகிரி மலை நோக்கிச் சென்றனர். இங்கு கூடலூர் கோத்தகிரி, குன்னூர், ஊட்டி பகுதிகளில் குடியேறினர்.

தமிழ்நாடு தேயிலைத் தோட்டக் கழகம் (TANTEA) தாயகம் திரும்பிய தமிழர்களுக்காக மத்திய மாநில அரசுகள் இணைந்து ஏற்படுத்தினர். இந்த தோட்டங்களை

தங்களது கடுமையான உழைப்பால் தாயகம் திரும்பிய மலையகத் தமிழர்கள் உருவாக்கினர். இதன் மூலம் பல கோடிகளை வனத்துறைக்கு ஏற்படுத்திக் கொடுத்தனர். இதன் நிர்வாகம் தமிழ்நாடு வனத்துறையின் கட்டுப்பாட்டில் உள்ளது. ஆனால், தொழிலாளர்கள் அதே லயனில்தான் வாழ்கின்றனர். எந்தவிதமான அடிப்படை வசதிகளும் செய்து கொடுக்கப்படவில்லை. வயதாகி ஓய்வுபெற்றுவிட்டால் வீட்டை காலி செய்துவிட்டு வெளியேற வேண்டும். கன்னியாகுமரி மற்றும் கேரளா, கர்நாடகா பகுதியில் இருக்கும் இரப்பர் தோட்டங்களிலும் உழைக்கும் தாயகம் திரும்பிய தமிழர்களின் நிலை இதுவே. தாயகம் திரும்பிய தமிழர்களால் உருவாக்கப்பட்ட தமிழ்நாடு தேயிலைத் தோட்டக் கழகம், பல கோடிகளை லாபமாக பெற்றது. தற்போது இந்த தேயிலைத் தோட்டக் கழகம் நஷ்டத்தில் இயங்குகிறது எனச் சொல்லி தாயகம் திரும்பிய மலையகத் தமிழர்கள் ஏற்படுத்திய தோட்டத்தை வனமாக மாற்றும் முயற்சியை வனத்துறையினர் செய்து வருகின்றனர். இம்மக்களை அங்கிருந்து வெளியேற்றி இந்த இடங்களை மீண்டும் வனத்துறையிடம் ஒப்படைக்க முயற்சி எடுத்து வருகின்றனர். இந்நிலைகுறித்து எவரும் கண்டுகொள்ளவில்லை.

நீலகிரி மாவட்டத்தில் நில உரிமையாளர்களான கர்நாடகாவிலிருந்து குடியேறிய படுகர்களும் கேரளாவிலிருந்து

குடியேறிய மலையாளிகளுமாக இருந்தனர். தாயகம் திரும்பிய மக்களுக்கு தேயிலை விவசாயம் செய்யும் நுணுக்கமும் கடும் உழைப்பும் கிடைக்கும் என்பதால் இம்மக்களை தங்களது தேயிலைத் தோட்டங்களில் குடியமர்த்த ஆர்வம் காட்டினர். இப்படி குடியேறிய மக்களின் கடும் உழைப்பை கசக்கிப் பிழிந்தனர். இதேபோல் கூடலூர் மற்றும் பந்தலூர் பகுதியில் தனியார் தேயிலைத் தோட்ட உரிமையாளர்கள் இம்மக்களை குடியமர்த்தினர்.

இவர்களின் உழைப்பு தேவைப்பட்டதே தவிர இவர்களை மனிதராகக் கூட மதிக்கப்படவில்லை. படுக இன நிலப் பிரபுக்களால் கொடுமைப்படுத்தப்பட்டதோடு பல்வேறு வன்முறைகளைச் சந்தித்தனர். முறையான குடியிருப்பு, சுகாதாரம், கல்வி போன்ற அடிப்படை வசதிகள் ஏதும் செய்துதரவில்லை. இம்மக்கள் நீலகிரியில் குடியேறி ரத்தத்தையும் வியர்வையும் சிந்தி உழைத்ததால் நீலகிரியில் தேயிலை விவசாயம் செழித்து வளர்ந்ததோடு அரசுக்கும் தனியார் தோட்ட உரிமையாளர்களுக்கும் பல கோடிகளை ஈட்டித் தந்தது.

ஆனால், இம்மக்களை அரைக் கொத்தடிமைகள் போல் நடத்தினர். படுக நிலப்பிரபுக்களும், தனியார் முதலாளிகளும் இவர்களது உழைப்பை உறிஞ்சிக் கொழுத்ததோடு தாயகம் திரும்பிய தமிழர்கள்மீது பல்வேறு வன்கொடுமைகளை ஏவி விட்டனர். இது போன்ற வன்முறையில் ஊட்டி அண்ணா நகர் போன்ற இடங்களில் சிலர் கொல்லப்பட்டனர்.

இவர்களில் பெரும்பாலானோர் தலித்கள் என்பதால், குப்பைகளை நீலகிரியில் கொட்டிவிட்டனர் என இழிவான பிரச்சாரத்தில் படுகர்கள் ஈடுபட்டனர். இது ஒருபுறம் இருக்க, தாங்கள் கையில் கொண்டு வந்த பொருட்களை விற்று கூடலூர், கொடைக்கானல் போன்ற பகுதிகளில் சிறு துண்டு நிலங்களை வாங்கி சிறிய அளவில் விவசாயத்தில் ஈடுபட்டனர். இந்த நிலத்தில் சிறிய குடியிருப்புகளை கட்டி குடும்பத்துடன் வாழ்ந்தனர். இந்த நிலங்கள் ஏற்கெனவே விவசாயம் செய்தவர்களிடம் இருந்து வாங்கியதாகும்.

இதற்கிடையில் நீலகிரி காடுகளை பெரும் பணம் படைத்த நபர்களும் கம்பெனி தோட்டங்களும், நிலக் கொள்ளையர்களும் வனத்துறையினரின் உடந்தையுடன் ஆக்கிரமித்து அழித்து அதிலுள்ள விலை உயர்ந்த அரியவகை மரங்களை எல்லாம் வெட்டி லாரி லாரியாக கடத்தி கொள்ளை லாபம் அடைந்தனர். இதனைத் தடுக்க தவறிய வனத்துறை பழியை தாயகம் திரும்பிய மக்கள்மீது போட்டு திசை திருப்பும் செயலில் ஈடுபட்டனர்.

காடுகளை காப்பாற்றுகிறோம் என்ற பெயரில் வேளாண் பயிர்களை வெட்டி அழிப்பது, குடியிருப்புகளை உடைப்பது, பொய்வழக்குப் போடுவது போன்ற செயலில் ஈடுபட்டனர். நீலகிரி மாவட்டத்திலும் தமிழகத்திலும் தாயகம் திரும்பிய மக்களுக்கு இழைக்கப்பட்ட கொடுமைகள், அடக்குமுறைகளை எதிர்த்து இரா. சிவலிங்கம், திரு.திருசெந்தூரன் போன்றவர்கள் தலைமையில் 'மலையக மக்கள் மறுவாழ்வு மன்றம்', 'தாயகம் திரும்பியோர் தேசியப் பேரவை' போன்ற மக்கள் இயக்கங்களை கட்டியெழுப்பி வீரமிக்க போராட்டங்களை நடத்தினர். இதேபோல கொடைக்கானலில் "சீராக்" (Ceylon Reparative Association) போன்ற அமைப்புகள் ஏற்படுத்தப்பட்டு போராடியது. இந்த அமைப்புகளுக்கு எதிராக பல்வேறு அடக்குமுறைகள் ஏவிவிடப்பட்டது.

தற்போது "விவசாயிகள் தொழிலாளர்கள் முன்னேற்ற சங்கம்" (VTMS) இம்மக்களின் உரிமைகளுக்காகப் போராடி வருகிறது. மேலும் தாயகம் திரும்பிய மக்களின் பிரச்சினைகளை மாநில அளவிலும், தேசிய அளவிலும் கொண்டு செல்ல முயற்சித்து வருகிறது. இதன் முன்னணி தலைவர்கள் டெல்லியிலும், தமிழகத்திலும் முக்கிய அதிகாரிகளையும், அரசியல் கட்சி தலைவர்களையும் சந்தித்ததோடு மத்திய மாநில அரசின் கவனத்திற்கு கொண்டு சென்று போராடி வருகின்றனர்.

சுமார் 50 ஆண்டுகளுக்கு மேல் தாங்கள் காசு கொடுத்து வாங்கி விவசாயம் செய்யும் நிலங்களுக்கு பட்டா கேட்டு போராடி வருகின்றனர். ஆனால், மத்திய மாநில அரசுகள் இதற்கு செவி சாய்க்கவில்லை.

இவர்களின் மறு வாழ்வுக்காக தொடங்கப்பட்ட தமிழ்நாடு

தேயிலைத் தோட்டக் கழகங்களிலும் இரப்பர் தோட்டங்களில் இம்மக்கள் உரிமைகளை இழந்து சொல்லொணா துயரங்களை அனுபவித்து வருகின்றனர்.

நீலகிரி மாவட்டத்தைப் பொறுத்தவரையில் தேர்தலை தீர்மானிக்கும் சக்தியாக இவர்கள் வளர்ச்சி பெற்றுள்ளனர். தி.மு.க., அ.தி.மு.க., கம்யூனிஸ்ட் கட்சி, காங்கிரஸ் போன்றவற்றில் இவர்களுடைய உழைப்பு முக்கியமானதாகும். ஆனாலும் எந்தக் கட்சியும் இம்மக்கள் அனுபவிக்கும் பிரச்சினைகள் பற்றியோ, கொடுமைகள் பற்றியோ பெரிதாக கவனத்தில் கொள்வதில்லை. முன்னாள் இந்தியப் பிரதமர் இராஜீவ் காந்தி இறந்த போது ஈழத்தமிழருக்கும் இந்திய வம்சாவளியான மலையகத் தமிழருக்கும் இருக்கும் வித்தியாசம்

காணமுடியாமல் தாயகம் திரும்பிய தமிழர்களை துன்புறுத்தி கைது செய்து சிறையில் அடைத்ததோடு பலர் தாக்குதலுக்கு உள்ளாக்கப்பட்டனர்.

இலங்கையில் பிரிட்டிஷார் தமிழ்நாட்டின் மக்களை குடியமர்த்தியதின் நோக்கம், மனிதர்களையும் இயற்கை வளங்களையும் பயன்படுத்தி கொள்ளை லாபம் பெறுவதே. இதே நோக்கத்தோடுதான் இலங்கை அரசும் செயல்பட்டது. தாய்நாட்டுக்குச் சென்றால் மலையக தமிழர்களை மதித்து, உரிமைகளை மீட்க முடியும் என்று நம்பியதோடு தம்மை அரவணைத்து வாழவைப்பார்கள் என்று நம்பினர். ஆனால், காலனிய ஆட்சியாளர்களான வெள்ளையர்களையும் இலங்கை அரசையும் மிஞ்சும் அளவிற்கு தமிழ்நாடும் இந்திய அரசும் செயல்படுகிறது என்பதே இம்மக்களின் குற்றச்சாட்டாகும்.

தன் உதிரத்தால் உருவாக்கிய மலையகத்தில் தன்மானத்துடன் வாழவே மலையகத் தமிழர்கள் விரும்பினர். இலங்கையில் இதர இனங்களுக்கு இருக்கும் அனைத்து உரிமைகளும் அரசியல் அதிகாரமும் பெற்று வாழ வேண்டியவர்களை வாக்குரிமை பறிப்பு, இலங்கை இந்திய அரசுகள் செய்த ஒப்பந்தங்கள் அனைத்தும் மிகப் பெரிய பாதிப்புக்கு உள்ளாக்கியது. மேலும் இது இலங்கையில் தமிழர்களின் பலத்தை, அரசியல் அந்தஸ்தை கொஞ்சம் கொஞ்சமாக அழித்தொழிக்கும் தந்திரங்களே. மலையகத் தமிழர்களின் வாக்குரிமை பறிக்கப்பட்டபோது தந்தை செல்வா இந்திய வம்சாவளி தமிழர்க்கு இழைக்கப்படும் அநீதி நாளை இலங்கை (ஈழத்து) தமிழனுக்கு எதிராகவும் நடக்கும் என குரல் எழுப்பினார்கள். அதே நிலை இன்று ஈழத் தமிழர்களுக்கு ஏற்பட்டு ஒட்டுமொத்த தமிழர்களும் பாதிக்கப்பட்டுள்ளனர்.

# மலையகத்தில் நடைபெற்ற தொழிற்சங்கப் போராட்டங்களின் போது உயிர்நீத்த தியாகிகள் விவரம்

1. 1940இல் முல்லோயா தோட்டப் போராட்டத்தில் உயிர் நீத்த கோவிந்தன்.

2. 1942இல் புப்புரஸ்ஸகந்தலா தோட்டப் போராட்டத்தில் உயிர் நீத்த வேலாயுதம், வீராசாமி ஆகியோர்.

3. 1950 மார்ச் 02 திகதி டெவன் தோட்டப் போராட்டத்தில் உயிர் நீத்த வைத்திலிங்கம்.

4. 1953இல் என்சாவெல தெபுவான தோட்டப் போராட்டத்தில் உயிர் நீத்த எட்லின் நோனா.

5. 1953இல் நெபொடலேங்டெல் தோட்டப் போராட்டத்தில் உயிர் நீத்த தேவன்.

6. 1952 நவம்பரில் கல்சூஅதானி தோட்டப் போராட்டத்தில் உயிர் நீத்த பீ.வெள்ளையன்.

7. 1956இல் மஸ்கொலியா நல்லதண்ணி தோட்டப் போராட்டத்தில் உயிர் நீத்த காதுமலை.

8. 1956 மே 08 ஆம் நாள் டயகம தோட்டப் போராட்டத்தில் உயிர் நீத்த அல்விஸ் அப்புஹமி ஆப்ரஹாம் சிங்கோ.

9. 1657 ஜூலை 15 ஆம் தேதி உடபுஸ்ஸலாவை தோட்டப் போராட்டத்தில் உயிர் நீத்த பொன்னையன் மற்றும் கொம்படி ஆகியோர்.

10. 1958இல் இரத்தினபுரி ஹோய்ஸ் தோட்டப் போராட்டத்தில் உயிர் நீத்த நடேசன்.

11. 1958 மார்ச் 30 ஆம் தேதி பொகவந்தலாவை தோட்டப் போராட்டத்தில் உயிர் நீத்த பிரான்சிஸ், ஐயாவு ஆகியோர்.

12. எட்டியாந்த் தோட்ட வெற்றிலையூர் பம்பேசும் தோட்டப் போராட்டத்தில் உயிர் நீத்த மாமுண்டி.

13. 1959இல் மாத்தாளை மரதென்னா தோட்டப் போராட்டத்தில் உயிர் நீத்த கே.முத்துசாமி.

14. 1960இல் ரக்வானை மூக்காளந்சேனை தோட்டப் போராட்டத்தில் உயிர் நீத்த தங்கவேல்.

15. 1960இல் நிட்டம்புவ மல்வான தோட்டப் போராட்டத்தில் உயிர் நீத்த சிதம்பரம்.

16. 1961 நவம்பரில் நாவலப்பிட்டி மொண்டி சிரஸ்டோ (லெட்சுமி தோட்டம்) தோட்டப் போராட்டத்தில் உயிர் நீத்த ஆராயி, நடேசன், செல்லையா, மாரியப்பன் ஆகியோர்.

17. 1964 மே 28ஆம் தேதி மாத்தளை கந்துவர தோட்டப் போராட்டத்தில் உயிர் நீத்த அழகர், ரெங்கசாமி ஆகியோர்.

18. 1967 நவம்பர் 08 ஆம் நாள் மருல்கெல சின்ன கிளாப் போக்கு தோட்டப் போராட்டத்தில் உயிர் நீத்த சோனை.

19. 1968 அக்டோபர் 27 ஆம் நாள் இரத்தினபுரி மயிலிலிட்டியா தோட்டப் போராட்டத்தில் உயிர் நீத்த சின்னப்பன் அந்தோணிசாமி.

20. 1970 செப்டம்பரில் பதுளை கீனகொல தோட்டப் போராட்டத்தில் உயிர் நீத்த அழகர்சாமி, ராமெயா ஆகியோர்.

21. 1970 டிசம்பர் 31ஆம் தேதி மாத்தளை கருங்காலி தோட்டப் போராட்டத்தில் உயிர் நீத்த பார்வதி, கந்தையா, ஆறுமுகம், ராமசாமி ஆகியோர்.

22. 1977 மே 11 ஆம் தேதி தலவாக்களை டேவன் தோட்டப் போராட்டத்தில் உயிர் நீத்த சிவனு லட்சுமணன்.

23. 1980 இல் கண்டி பள்ளேகல தோட்டப் போராட்டத்தில் உயிர் நீத்த பழனிவேல்.

# முடிவுரை

இலங்கையில் அனைத்து தரப்பு மக்களும் இடதுசாரி வர்க்க அடிப்படையில் முற்போக்கு கொள்கையுடன் ஒன்றுப்பட்டவர்களை திட்டமிட்டு நீண்டகால நோக்கோடு பிளவுப்படுத்தினர். மக்களுக்காக போராடும் அமைப்புகள் தங்களது செயல்பாடுகளை சுய விமர்சனம் செய்து நிறைகுறைகளை சீர் செய்வது மிக முக்கிய ஜனநாயக பண்பாகும். மற்றவர்கள் கூறும் விமர்சனங்களையும் உள்வாங்கி ஆய்வு செய்து சரிசெய்துகொள்வது அவசியமாகும். விஞ்ஞான பூர்வமான அரசியல் கொள்கையும் தெளிவான பாதையும் நீண்டகால வேலைத் திட்ட நுணுக்கங்களும் இல்லாதவர்களால் ஒருபோதும் சரியான சமத்துவமான சமுதாய மாற்றத்தை ஏற்படுத்த முடியாது. ஆகவே இலங்கையின் வரலாற்றில் நடந்த அனைத்து நிகழ்வுகளையும் ஆய்வுக்கும் விமர்சனத்துக்கும் உள்ளாக்குவது அவசியமாகும். இதிலிருந்து நாம் கற்றுக்கொள்வது அவசியம். இது அமைப்பு ரீதியாக செயல்படுபவர்களுக்கு பல படிப்பினைகளை கொடுக்கும். மீண்டும் இலங்கையில் ஜனநாயகம் தழைக்க வேண்டுமென்றால் அதற்கான முயற்சிகள் உள்ளே இருந்து தான் உருவாக வேண்டும்.

ஈழப் பகுதியில் நடைபெற்ற இன அழிப்பு, படுகொலைகள், மனித உரிமை மீறல்கள் பெரும்பான்மை சிங்கள மக்கள் மத்தியில் மூடி மறைக்கப்பட்டது. இதை முறியடித்து குரல் கொடுக்க முயற்சித்தவர்களும் ஒடுக்கப்பட்டு வருகின்றனர். இதையும் மீறி இன்று பலர் செயல்படுகின்றனர். காலதாமதம் ஆனாலும்கூட மீண்டும் இடதுசாரி முற்போக்காளர்கள் ஒன்றுபடுவார்கள். அதில் மலையகத் தமிழர்களின் பங்கும் இருக்கும்.

இலங்கையில் மலையகத் தமிழர்கள் அரசியல் அந்தஸ்து பெற்று நிரந்தரமாக வாழ்ந்துவிடக் கூடாது எனவும் தமிழர்களின் பலத்தை குறைக்க வேண்டுமென திட்டமிட்டு ஸ்ரீமாவோ - சாஸ்திரி ஒப்பந்தம் அடிப்படையில் நாடு கடத்தப்பட்டு, இன்று

தமிழ்நாட்டிலும் பிற மாநிலங்களிலும் வாழும் சுமார் 20 லட்சம் தாயகம் திரும்பிய தமிழர்களின் உரிமைகளையும் வாழ்வையும் மீட்டெடுப்பது மிக முக்கியமானதாகும். இவர்களின் மறுவாழ்வுக்காக ஏற்படுத்தப்பட்ட அனைத்து திட்டங்களையும் வாழ்வையும் மத்திய மாநில அரசுகள் மீளாய்வு செய்து மீண்டும் இம்மக்களுக்கு முறையான மறுவாழ்வு அளிக்கப்பட வேண்டும். தாயகம் திரும்பிய தமிழர்களுக்கு இழைக்கப்பட்ட அநீதிகளுக்கும் கொடுமைகளுக்கும் காரணமானவர்கள் மீது நீதி விசாரணை மேற்கொள்ளப்பட்டு உரிய நடவடிக்கை எடுக்கப்பட வேண்டும்.

தாயகம் திரும்பிய தமிழர்களின் கைவசம் இருக்கும் வேளாண் நிலங்களிலிருந்து அவர்களை அச்சுறுத்தி (வனத்துறை) வெளியேற்றும் சூழ்நிலைகள் கைவிடப்பட வேண்டும். இவர்களின் வேளாண் நிலங்களுக்கு பட்டா கொடுக்கப்பட வேண்டும். மேலும் நிலமற்ற அனைத்து தாயகம் திரும்பிய

குடும்பங்களுக்கு வேளாண் நிலமும் தரமான குடியிருப்பும் கட்டிக் கொடுக்கப்படவேண்டும். இவர்களின் மறுவாழ்வுக்காக ஏற்படுத்தப்பட்ட அரசு தேயிலைத் தோட்டம் மற்றும் இரப்பர் தோட்டங்களில் உள்ள நிலங்களை இம்மக்களுக்கு பிரித்துக் கொடுக்கப்படவேண்டும். இது போலவே இம்மக்களுக்காக

ஏற்படுத்தப்பட்ட இதர திட்டங்களும் மீண்டும் செம்மையாக செயல்படுத்த நடவடிக்கை எடுக்கப்பட வேண்டும். தோட்டங்களில் கட்டப்பட்டுள்ள லைன்களை (குடியிருப்பு) மாற்றி தரமான சொந்த வீடுகள் தோட்ட தொழிலாளர்களுக்கு கட்டி கொடுக்கப்பட வேண்டும். தாயகம் திரும்பிய குடும்பங்களிலுள்ள இளைஞர்களுக்கு வேலை வாய்ப்பில் முன்னுரிமை அளிக்கப்பட வேண்டும்.

நீலகிரி நாடாளுமன்ற தொகுதியின் வெற்றி வாய்ப்பை தீர்மானிக்கும் சக்தியாக தாயகம் திரும்பிய மலையகத் தமிழர்கள் உள்ளனர். ஆகவே கூடலூர், குன்னூர் சட்டமன்ற தொகுதிகள் தாயகம் திரும்பிய மலையகத் தமிழர்களுக்கு என்று தனித்தொகுதிகளாக அறிவிக்க வேண்டும்.

இம்மக்கள் பிரச்சினைகளை முழுமையாகத் தீர்த்து சுபிட்சமாக வாழ தொப்புள் கொடி ரத்த உறவுள்ள தமிழக மக்களும் தலைவர்களும் தலையிட்டு அக்கறையுடன் செயல்பட வேண்டும். மேலும் தேசிய அளவிலும் சர்வதேசிய அரங்கிலும் மலையகத் தமிழர்களின் பிரச்சினைகளை எடுத்துச் சென்று தீர்வுகாண முயற்சிகள் எடுக்க வேண்டும்

இம்மக்களுடைய வாழ்வையும் வரலாற்றையும் கலை இலக்கியங்கள் மூலம் ஆவணப்படுத்தி உலகறியச் செய்வது வரலாற்றுக் கடமையாகும்.

# சொந்த நாட்டில்

சொந்த நாட்டில் சோறில்லாம
தூர தேசம் போனவங்க
வம்சாவளி வந்த நாங்க தமிழங்க - இப்போ ........
எந்த நாடும் சொந்தமின்றி
ஏழ்மை மட்டும் சொந்தமாக வந்து நிக்கும் எங்க பேரு அகதிங்க ........
நாங்க தமிழங்க - நாங்க அகதிங்க....
அட யாரால் இந்த நெலம - அத
மாற்றுவதே கடம, அதுக்கு
தடைகள் வந்தா உடைத்தெறிடா...
தயக்கமின்றி புறப்பட்டா...
அடங்கி ஒடுங்கி கிடப்பவனே
அடிமை வெலங்கை முறிச்செறிடா
புறப்படுடா புறப்படுடா புறப்படுடா...
(சொந்த நாட்டில்)

ரத்தம் உறிஞ்சும் அட்டையுடன்
சண்டை போட்டோமே...
மலையில் கொடிய விலங்கு பாம்புகளுடன்
குடியிருந்தோமே
கரடு முரடு சிகரமெல்லாம்
பாதை போட்டோமே - அங்கு
முள்ளுபொதரு வெட்டி எறிஞ்சி
தோட்டம் இட்டோமே
தோட்டம் இட்டோமே
பனியில் நனைஞ்சு
வெயிலில் காய்ந்து
வேர்வை ரத்தம் ஆறாய் பாய்ச்சி
வயித்து கடுப்பு, வாந்தி பேதி
கொடிய நோய்க்கு ஆளாய் மாறி
செத்துக் கூட அடி உரமாய் ஆகிப்போனோமே...
இப்போ உரிமையற்ற நாடு இன்றி
வறுமை மட்டும் சொந்தமாக வந்து நிக்கும்
எங்க பேரு அகதிங்க...
நாங்க தமிழங்க நாங்க அகதிங்க
நாங்க தமிழங்க நாங்க அகதிங்க
உலகம் பூரா ஏய்க்கிறவன் ஒரே சாதிங்க...
உறிஞ்சி குடிச்சி கொழுக்கறதே உழைக்கும் ரத்தங்க.
(சொந்த நாட்டில்.....)

உலகில் எங்கு பிறந்தாலும் அந்த நாட்டின் மைந்தர்கள்
எங்கள் வாழ்வும் எங்கள் தாழ்வும்
எங்கள் நாட்டு உரிமைகள்.
தலைமுறைக்கு தலைமுறை
இங்கிருந்து சென்றதால்
எங்கள் கருத்து கேட்காமல் பெரிய புத்திசாலிகள்
போட்டு விட்ட கையெழுத்தால்
நாங்கள் இன்று அகதிகள் அகதிகள்.....
உலகம் எங்கும் சுரண்டும் சாதி ஒன்று சேர்ந்து நிக்குது
இது ஒழிக்காம சொந்த நாடு என்ன வேண்டி கிடக்குது
புறப்படுடா புறப்படுடா புறப்படுடா...